AF518756

INSIGHT PUBLICA®

INSIGHT PUBLICA®
Nadakkavu, Kozhikode, Kerala
Tel:0495–4020666
www.insightpublica.com
e-mail: insightpublica@gmail.com
Prayanam
Sunikumar Kattadasseri
(Malayalam Poems)
First Edition: April 2021

ISBN 978-93-91006-05-1

പ്രയാണം

സുനിൽകുമാർ കട്ടാടശ്ശേരി

INSIGHT PUBLICA

The word devil is very beautiful,
If you read it backwards it
Becomes lived. That which is
lived becomes divine and that
which is not lived becomes the devil.
-osho

അതിരുഭേദിച്ച ആനന്ദങ്ങളില്ല.
അറിവിനായുള്ള പ്രാർത്ഥനകൾ മാത്രം.
ആദ്യപുസ്തകത്തെ അതിരറ്റ് അനുഗമിച്ചവർക്ക്
ഹൃദയനൻമകൾ കൊണ്ട് തുലാഭാരം.
സ്നേഹം പകുത്ത ഈ യാത്രയുടെ
പാർശ്വബലമായിത്തീർന്നവർക്കൊക്കെയും
ജീവിതം കൊത്തിയ ഒറ്റനാണയം കാണിക്ക.
കുറുമൊഴിയാൽ കുലീനമാക്കിയ
നാരായണൻ മാഷ്, ആറ്റിക്കുറുക്കിയ
പാഠമെഴുതിയ രമേശൻ മാഷ്,
വിരൽച്ചൂണ്ടിയും, വിധിപറഞ്ഞും
ഒപ്പം മേഞ്ഞ സമകാലികർ... എല്ലാവർക്കും
അതേ സ്നേഹം... അതേ സ്നേഹം...

ഈ ഭാഷ തന്നോട് ചേർത്ത്
പൊറുക്കുക...

സുനിൽകുമാർ കട്ടാടശ്ശേരി
നരിക്കുനി (തപാൽ)
കോഴിക്കോട് - 673585
9847 75 78 09

ഭിത്തികളില്ലാത്ത
കാലത്തു വന്ന നി-
ന്നുച്ചത്തിൽ വേണ
മെനിക്കൊന്നു പാടുവാൻ

കവിയിലൊരാദർശ ലോകത്തിന്റെ ആവിഷ്കാരമുണ്ടെങ്കിൽ ആ ആദർശലോകത്തിന്റെ അന്തർഗ്ഗതം ഇതാവാം. ഭാഷ സ്വപ്നം കാണുന്ന ഭാഷയാണ് കാവ്യഭാഷ. ശരിയായ പാതയിലൂടെയുള്ള അപൂർവ്വം യാത്രകളിലൊന്നും. 'പാതിവഴിയിലുപേക്ഷിച്ചു പോകുന്ന പാതയെത്തുന്നതിൻ മുൻപ് യാത്രകൾ 'എന്ന് സുനിൽ കുമാർ. അനിർവചനീയതയുടെ വചനമാണിത്. 'ഒറ്റയ്ക്കു വന്നുനി/ന്നാനന്ദമാകണ'-മെന്നുള്ള സുനിൽകുമാറിന്റെ മോഹങ്ങൾ സാക്ഷാത്കരിക്കപ്പെടട്ടെ. വിഷം അമൃതാകലല്ലേ കല?

കൽപ്പറ്റ നാരായണൻ

സ്നേഹസൗഹൃദ പ്രകൃതിയിലേക്ക് ഒരു കാവ്യപ്രയാണം

ഡോ. പി. രമേശൻ

സ്വാതന്ത്ര്യം, സൗന്ദര്യം, സ്നേഹം, സമൃദ്ധി, നന്മ, നീതി തുടങ്ങിയ ഗുണങ്ങൾ അനുഭവിക്കുമ്പോഴുള്ള ആനന്ദം അനിർവ്വചനീയമാണ്. ഇത്തരം മൂല്യങ്ങളോട് സംവദിക്കുന്നതിൽ കവിഹൃദയം മുന്നിൽ നിൽക്കുന്നതു കൊണ്ട് അവരുടെ ആവിഷ്കാരമായ കവിതകളും സമാനഹൃദയത്തെ വിസ്മയിപ്പിച്ചു കൊണ്ടിരിക്കും. മേൽപറഞ്ഞ ഗുണമൂല്യങ്ങളിലൂടെ സർഗാത്മക പ്രയാണം നടത്തുകയാണ് സുനിൽകുമാർ കട്ടാടശ്ശേരി. പ്രകൃതിസൗന്ദര്യം, സ്വാതന്ത്ര്യബോധം നൽകുന്ന അഭിമാനം, ബാല്യകാലം പകരുന്ന നൈർമല്യം, അറിവിന്റെ വിമോചക സ്വഭാവം തുടങ്ങിയവയോടുള്ള കൗതുകം നിറഞ്ഞ അടുപ്പം ഈ സമാഹാരത്തിലെ കവിതകളിലെല്ലാം കാണാം.

കർമ്മഫലം നിഴൽപോലെ പിന്തുടരുമെന്ന് ശ്രീബുദ്ധൻ; അവ വ്യക്തിക്ക് ചുറ്റും കർമ്മബന്ധങ്ങളുടെ സൂക്ഷ്മ വലകൾ നിർമ്മിക്കുന്നു. പുണ്യമായും പാപമായും സന്തോഷമായും ദു:ഖമായും ഇത് വ്യക്തികളെ പിന്തുടരുന്നു. കർമ്മബന്ധങ്ങളുടെ നിഗൂഢതയെയും കർത്തൃത്വത്തെയും നന്മതിന്മയെയും അവയിൽ അടങ്ങിയ സന്തോഷ ദു:ഖസൗന്ദര്യാനുഭവത്തെയും ഇഴപിരിച്ചെടുത്ത് കാണുവാനുള്ള വിവേചനശക്തിയും ഉൾക്കാഴ്ചയും ഇദ്ദേഹത്തിന്റെ കവിതകളിലുണ്ട്.

കുഞ്ഞുസൗഭാഗ്യങ്ങളായ് വന്ന് ദു:ഖങ്ങളെ മായ്ച്ച് കളയുവാൻ മഴ തീർക്കുന്ന അനുഭൂതി മണ്ഡലം കവിഹൃദയത്തിൽ നിറയുന്നത് കാണാം.

'മാഞ്ഞുപോയ് ദുഃഖങ്ങൾ മഞ്ഞായുരുകുന്ന
കുഞ്ഞുസൗഭാഗ്യങ്ങളായ് മഴപ്പൂ'
(മഴക്കാഴ്ച)

തിരിമുറിയാതെ പെയ്യുന്ന മഴ മലയാളികളുടെ പൂർവ്വസ്മരണകളെ ഉണർത്തുന്ന അനുഭവമാണ്. ബാല്യകൗമാരത്തിന് ആഹ്ലാദവും യൗവനത്തിന് പ്രണയവും വാർദ്ധക്യത്തിന് കരുതലും കർഷകർക്ക് ദൈവാനുഗ്രഹവും ദരിദ്രർക്ക് ദുഃഖവുമായിത്തീരുന്ന മഴ ഹൃദ്യമായ പ്രകൃതി സൗന്ദര്യമാണ് വെളിപ്പെടുത്തുന്നത്.

പൂക്കാലനന്മകളോർക്കാതിരിക്കുവാ
നാർക്കാകുമെന്നുനീയോതിവീണ്ടും
(വീണ്ടും)

ബാല്യകാല അനുഭവങ്ങൾ സൗന്ദര്യബോധത്തോടെ ചിത്രീകരിക്കുന്ന കവി ഓർമ്മയിലെ പൂക്കാലങ്ങളെ വർത്തമാന കാലത്തിലേക്ക് സംക്രമിപ്പിക്കുന്നു.

'കാലം പരീക്ഷിച്ച
ജീവിതയാത്രയി
ലാലംബമെന്താരു
കൂട്ടിനെത്താൻ '
(കൂട്ട്)

എന്ന ദാർശനികദുഃഖം പങ്കുവെക്കുന്ന ഈ കവി ജൈവതാളം ഊർജ്ജമായി തന്നിലലിയിക്കുന്ന ആർജവമുള്ള മനുഷ്യരെ ചിത്രീകരിക്കുന്നു.

ജീവിതം വഴിമുട്ടുമ്പോൾ, ഇനി എവിടേക്ക് എന്ന ചോദ്യം നേരിടുമ്പോൾ, വ്യക്തികൾ ജനനം മുതൽ നടന്നു തീർക്കുന്ന അനുഭവവഴികളിലൂടെ ഒരിക്കൽ കൂടി നടക്കുവാൻ നിർബന്ധിതരാവുന്നു. വളർന്നപ്പോൾ നിസാരമെന്നു തോന്നിയ, കളിവസ്തുക്കളുടെ ഓർമ്മകൾ അതുല്യമാവുന്നു.

'ഒരു കളിത്തോണി തന്നുയിരുനനച്ചെത്ര-
ചെറുമഴ ചാറ്റലീഭൂവിലെത്തി '
(പുനർജനി)

തുടങ്ങിയ കവിതകളിൽ അത്തരം ഗതകാലസ്മരണകളാണ് പ്രതിഫലിക്കുന്നത്.

പ്രകൃതിയിൽ നിലനിർത്തേണ്ട സ്നേഹം, കാരുണ്യം, കരുതൽ, നന്ദി, ആദരവ് തുടങ്ങിയ സഹാനുഭവങ്ങളെ വിനിമയം ചെയ്യുവാൻ ഓർമ്മകൾ സവിശേഷബിംബമായി മിക്ക കവിതകളിലും കടന്നു വരുന്നു. ഇത് കവിയുടെ പ്രപഞ്ചബോധത്തെ വ്യക്തമാക്കുന്ന മൗലികതയാണ്.

എല്ലാ പൂവിലും പ്രകൃതി തേനിന്റെ സാന്നിധ്യം കരുതി വെക്കുന്നതുപോലെ സഹിച്ച് തീർക്കേണ്ട യാതനയ്ക്കിടയിലും ഹൃദയം നിറഞ്ഞ് ചിരിക്കുവാൻ എന്നുമെപ്പോഴും പ്രകൃതി നമ്മളിൽ ചില നന്മകൾ സൂക്ഷിച്ച് വെച്ചിട്ടുണ്ട്. അത്തരം നന്മകൾ കണ്ടെത്തുമ്പോഴാണ് നാം നേടുന്ന അറിവ് ഫലവത്താകുന്നത്. അവ ആസ്വാദ്യവും ആയുസ് മുഴുവൻ സുഗന്ധം പരത്തുന്ന സ്വഭാവസൗരഭ്യം നിറഞ്ഞതുമായിക്കും.

'ചോലയാകിലും നീലരാവിലും
പാലപൂത്തപോലാണു സൗരഭം
ആദിമധ്യാന്ത ജീവിത യാത്രയി-
ലാധി പൂകാതെയസ്വസ്ഥമാകാതെ'
(ഹൃദയമെപ്പഴും)

സ്നേഹവും ക്ഷമയും പ്രയത്നവും ഒത്തു ചേരുന്ന സവിശേഷ ജ്ഞാനം ജീവിത പ്രയാണത്തെ കരുത്തുറ്റതാക്കുന്നു. പ്രകൃതിയുമായുള്ള ലയനത്തിലൂടെ നേടാൻ ശ്രമിക്കുന്ന ഇത്തരം ജ്ഞാനം ഇദ്ദേഹത്തിന്റെ കവിതകളിൽ വായിച്ചെടുക്കാം. കാവ്യബിംബങ്ങളിലും താളത്തിലും വാക്കുകളുടെ നൃത്തത്തിലും ലയിച്ചിരിക്കുന്ന പ്രകൃതി സമന്വയഭാവം കവിതകൾക്ക് തനിമ നൽകുന്നു.

'ഉ[illegible] നീ നെഞ്ചു ചേർത്തു പ്രാർത്ഥിപ്പതു-
മന്നു നിന്നെ വെടിഞ്ഞതാം നന്മകൾ
ഇല്ലിതിൽപ്പരമാനന്ദമിന്നിനി
ഇല്ല സ്നേഹവും സൂക്ഷ്മവും ചിന്തയും'
(നിഴൽ)

സമഗ്രമായി ജീവിതം അറിയുവാൻ ശ്രമിക്കുമ്പോഴാണ് ഇത്തരം അനുഭവമൂല്യങ്ങളിലൂടെ ആർജ്ജിച്ച ജീവിത സാരം ആവിഷ്ക്കരിക്കുവാൻ കഴിയുന്നത്. ജീവിത സൗന്ദര്യത്തിന്റെയും ദാർശനിക ദുഃഖത്തിന്റെയും ആവിഷ്കാരപൂർണത കവിതയിൽ ആയിത്തീരുകയെന്നത് കാവ്യാദർശമായി കാണുന്ന എഴുത്തുകാരന്റെ പ്രകൃതിയോടുള്ള ആത്മനിവേദനമാണ് ഈ സമാഹാരത്തിലെ ഓരോ കവിതയും .

തടവറകളില്ലാത്ത കാലത്തെ പാട്ടുകാരനായി വാക്കുകൾ സംഗീതമാകുന്ന അന്തരീക്ഷത്തിൽ ഊഞ്ഞാലാടി, അന്യമായി കൊണ്ടിരിക്കുന്ന ഹൃദയബന്ധങ്ങളുടെ ഓണക്കാല പൂക്കളായി, പ്രപഞ്ചനീതി ഉറപ്പിക്കുന്ന വാക്കുകളിൽ ഉൾചേർന്ന ജീവനായി, അരികുവൽക്കരിക്കപ്പെട്ടവരുടെ സങ്കടങ്ങൾ തീർത്ത്, പുസ്തകങ്ങളുടെ ആശയസമൃദ്ധിയിൽ അഗ്നിയായി ആളിപ്പടർന്ന്, നിലാവും തെളിനീരും വിശുദ്ധീകരിച്ച ഭാവനാ പ്രപഞ്ചത്തിന്റെ ആകാശ അതിരുകളിലേക്ക് ഈ കവിതകൾ വായനക്കാരെ മാടി വിളിക്കുന്നു. സമാന ഹൃദയരെ പുതുമയുള്ള സ്നേഹ സൗഹൃദപ്രകൃതിയിലേക്ക് നയിക്കുവാൻ പ്രയാണം എന്ന ഈ കാവ്യസമാഹാരം സ്നേഹപൂർവ്വം വഴികാട്ടിക്കൊണ്ടിരിക്കും.

കവിതകൾ

മഴക്കാഴ്ച\17
ചാരിതാർത്ഥ്യം\18
വീണ്ടും\20
കൂട്ട്\21
പുനർജനി\22
എന്നുമെപ്പഴും\23
ദൈന്യം\25
ആദ്യമഴ\27
പ്രയാണം\29
ആകുലം\33
പോക്കുവെയിലുകൾ
കാത്തുനിൽക്കാതെ\35
കിളിമകൾ\37
അപ്രിയം\39
നിഴൽ\41
നിയോഗം\42
സമർപ്പണം\44
സ്മൃതിയിലാകെയും...\46
അമൃതം\48
അവൾ\50
പ്രാർത്ഥന\52
ഉടൽ\53
സഹയാത്ര\55
നീയാകവേ\56
ഇഷ്ടദൂരങ്ങൾ\58
സ്വാതന്ത്ര്യം\60
വാതിൽ\61
മോശം\62
അനന്തരം\63
കാറ്റുപറയുന്ന
എന്തോകാതിൽ\64
ഇന്നും എന്നും\66
അഭയം\68
സുകൃതം\70
പാതി\72
സാക്ഷ്യം\73
പ്രിയം\75
പറഞ്ഞതൊക്കെയും\77
മടക്കം\78
നിതാന്തം\80
അറിവ്\82
മാറ്റം\83
വഴിയകലം\85
പരസ്പരം\86
മടി\87
നിറമേഴും\88
ഓർമ്മയിൽ\91
കാറ്റ്\93
ആകാശം\94
കതകുകൾ\95
സാരസ്വതം\96

മഴക്കാഴ്ച

മഴ ചാഞ്ഞുപെയ്യുന്നുമധുരമായാനെഞ്ചി-
നഴലകന്നേപോകുമാവിധത്തിൽ...
മിഴികൾക്കുമപ്പുറം നീ തീർത്തൊരഴകിന്റെ
വഴിതിരിഞ്ഞാപ്പെയ്ത്തൊഴുകിടുന്നു.
ആരെയോ തേടിത്തിരഞ്ഞോടിയെത്തിയും
ചാരെവന്നാരവം നീർത്തിവെച്ചും
പാരിജാതപ്പൂവിനോരവുംപാരിലെ-
പ്പാഴ്മുളച്ചാർത്തിൻ നെറുകയിലും
വാരിവാരിക്കൈകൾ രണ്ടിലുംനീയേകി
യാരിലുമെങ്ങും ലഭിക്കാത്ത സൗരഭം
ഒന്നുപെയ്തീമനംമെല്ലെത്തണുത്തുവ-
ന്നല്ലലില്ലാതെയങ്ങോർത്തിരിക്കെ
മെല്ലെയെൻ ജീവനിലാവിരൽത്തുമ്പി-
നാലല്ലയോ നീ ശ്രുതിചാറ്റൽതീർത്തു.
ചാഞ്ഞും ചെരിഞ്ഞുമൊരുയലിൻതാളമാ-
യാഞ്ഞുപെയ്തീരാവിൽ നീസുഖിക്കേ..
മാഞ്ഞുപോയ്ദു:ഖങ്ങൾ മഞ്ഞായുരുകുന്നു
കുഞ്ഞുസൗഭാഗ്യങ്ങളായ്മഴപ്പൂ...

ചാരിതാർത്ഥ്യം

വെട്ടംമറഞ്ഞിരുൾ വന്നൊരാവീഥിയിൽ
പെട്ടെന്നൊരാളാരുവന്നുനിൽപ്പൂ!
കേട്ടുമറന്നൊരുശബ്ദമാണെപ്പഴോ
പാട്ടിന്റെ പാലാഴിതാണ്ടിടുമ്പോൾ
കണ്ടേറെയുള്ളിൽ പ്രതിഷ്ഠിതമാകിയ-
തുണ്ടെപ്പഴാണെന്നതോർമ്മയില്ല.
കൺകോണിലായിരം വർണ്ണങ്ങളുണ്ടു-
വെൺചാമരം വീശുന്ന ശോഭപോലെ
വെട്ടിത്തിരിഞ്ഞുനോക്കീടുന്നനേരവും
പെട്ടെന്നുകൺമറഞ്ഞീടുമ്പൊഴും
ഒട്ടൊന്നുമുന്നിൽവന്നെന്നെങ്കിലും
കേട്ടുമോഹിക്കുവാൻ മൊഴികേൾക്കുവാനും
ആശിച്ചതുണ്ടായിരുന്നിരിക്കാംപണ്ടു-
വാശിക്കുകുഞ്ഞായ് കരഞ്ഞനേരം
എത്രയന്നോർക്കിലും വന്നില്ലതോർമ്മയിൽ
സത്രയാത്രയ്ക്കിടെ കണ്ടതാവാം...
എന്നോർത്തുരാപ്പകൽതള്ളി നീങ്ങീടവേ
വന്നാദ്യമായാസുഗന്ധരൂപം.
കണ്ണിലാശ്ലേഷത്തിനാദ്യസുഖാരവം
കണ്ണാടിയായ്ത്തീർന്ന ജീവരാഗം.
ഒന്നാമുഖത്തേക്കുനോക്കവേകാൺമ-
തന്നൊന്നാമതായ്പ്പിറന്നുള്ളസ്നേഹം
പിന്നെസ്സമൂലംപരിചരിച്ചീടവേ
നിന്നതില്ലെങ്ങുമാകണ്ണിണകൾ
എന്നുമനാദിയാം സ്നേഹസായൂജ്യമേ

നിന്നനീചാഞ്ഞതീപൊൻകടമ്പിൽ
കാൽതൂക്കിയിട്ടിരിക്കുന്നതുംകാണുന്നു
കാൽക്കലായ് യാദവനാദവും കേൾക്കുന്നു
വെട്ടംമറഞ്ഞൊരാ വീഥിയിൽ വന്നവ-
ന്നിഷ്ടംപറഞ്ഞതീരൂപമല്ലേ.
ഒട്ടൊട്ടുചാരിതാർത്ഥ്യത്തോടെയാണിന്നു-
തൊട്ടും തലോടിയും പ്രാർത്ഥനകൾ..

വീണ്ടും

പോയകാലങ്ങളും പൂർവ്വതീരങ്ങളും
മായുവാനാശിച്ച ഞാനിരിക്കെ
പാതിമെയ്യായ് വന്നുചൊല്ലുന്നകാറ്റുപോ-
ലാതിരാരാവിലെന്നാത്മശബ്ദം...
പോരുന്നതുണ്ടേതു ദൂരമീയാത്രക-
ളാരുമൊത്താകിലും പോണദൂരം.
കാതങ്ങളെത്രയതാകിലും കാതിൽവ-
ന്നോതുന്നതുണ്ടുഞാനാദ്യമോഹം.
കാലിൽച്ചിലമ്പണിഞ്ഞോരോസദസ്സിലു-
മാടിത്തിമർക്കണം നോവതെല്ലാം.
കാലം പകൽകടന്നോരോനിലാവിലും
കാലടിപ്പാടുകൾ വീഴ്ത്തിനിൽക്കെ
കാമ്യമനോഹരമാകസ്മികംകാവ്യ-
സാമ്യസൗരഭ്യമാം കൽപനകൾ
കൂട്ടിയിണക്കുവാനീജീവയാത്രക-
ളൂട്ടിയുറക്കുവാനായ് രാത്രികൾ.
പൂർണ്ണമായീടുവാനീജൻമമെപ്പഴു-
മൂർന്നുപോകാതെയാകൈകളേൽക്കേ..
പൂക്കാലനൻമകളോർക്കാതിരിക്കുവാ-
നാർക്കാകുമെന്നുനീയോതിവീണ്ടും.

കൂട്ട്

കാതങ്ങളപ്പുറം
കാത്തുനിൽക്കുന്നതാ-
രോളങ്ങളെന്തോതി
കാറ്റിലാദ്യം?

കാലംപരീക്ഷിച്ച
ജീവിതയാത്രയി-
ലാലംബമെന്താരു
കൂട്ടിനെത്താൻ

ഇല്ലപ്രതീക്ഷക-
ളല്ലലാണുള്ളിതിൽ
വല്ലവിധേനയും
ജീവനേകാൻ!

ഇല്ലപൊരുതി-
പ്പരാജയമെന്നവാ-
ക്കില്ലനിഘണ്ടുവി-
ലിജ്ജീവനിൽ.

ഇന്നുപ്രപഞ്ച-
മതേകുന്നശാശ്വത-
സഞ്ചാരസ്വാതന്ത്ര്യ
സൗഭാഗ്യവും

ഇന്നുപ്രയാണത്തി-
നുള്ളിലുയിരാ-
യതെന്നും പ്രശോഭിത-
മായിടുമ്പോൾ

വന്നുചേരുന്ന
വയൽപ്പച്ചപോലെങ്ങു-
മുള്ളിലും ചുറ്റിലും
ജീവതാളം.

ഇല്ലപ്രകാശമേ
നിന്നൊടൊത്തെന്നെന്നു-
മുള്ളപ്രദീപ്തി
യില്ലീയുലകിൽ.

ഇല്ലപ്രഭാതപ്രദോഷ-
ങ്ങളിത്രമേൽ
അല്ലലില്ലാതെ
നീ കൂട്ടിനെത്തേ

എന്നുമുയർന്നു
കേട്ടീടുവാനാശിപ്പൂ
പൊന്നോടയിൽ
നിന്നുയർന്നനാദം.

എന്നു മരികി-
ലുറങ്ങവേവെണ്ണത-
ന്നാത്മഗന്ധം
നിറഞ്ഞേകുനിത്യം

എന്നുമാജീവിത
വാനവർണ്ണങ്ങളിൽ
നിന്നുനീയേകിട്ടൂ
ജീവസത്യം.

പുനർജ്ജനി

വഴികണ്ടിടാതെ ഞാനേറെത്തപിക്കവേ
നിഴൽതേടിയാത്രപോയാദികാലം
അഴലേറുമാനിഴൽപ്പാതയിൽ നിന്നേറെ
യൊഴുകിപ്പരന്നതറിഞ്ഞുജീവൻ
ഉടൽ തേടിയായ്പ്പിന്നെയൊട്ടൊട്ടുകാലങ്ങ-
ളടവീതലേജീവയാത്രനീളേ
അതുവന്നുചേരുന്നമാത്രയിലാകട്ടെ-
യുയിരിനെച്ചൊല്ലിയായാധിതീർത്തും
ഉടലുയിരുപ്രണയവും കാണാകിനാക്കളും
തടവിനീങ്ങിടും നിലാക്കാറ്റിനീണവും
പലവഴിയതൽപ്പാൽപ്പമൊഴുകിപ്പരക്കിലും
പഴമൊഴിത്താളമായെഴുതിപ്പിറക്കിലും
വഴിമാറിയൊഴുകാതതാശ്വാസഗംഗയാ-
യഴൽനീങ്ങിയെത്തുന്നിതാശാസുഖം!
ഒരുകളിത്തോണിതന്നുയിരുനനച്ചെത്ര
ചെറുമഴച്ചാറ്റലീ ഭുവിലെത്തി.
ഉരുകാതലിയാതതിന്നുമൊഴുകുന്നിത-
തിരുപോലും തിരക്കാതെ ഭുവിൽ
ചെറുതാകിലും ചിരിച്ചാറ്റലോളത്തിനെ
പ്പൊരുതിജയിച്ചതീമണ്ണിലെന്നും.
ചിരിവെയിൽ ചുണ്ടിൽ കൊളുത്തിയാ-
നക്ഷത്രമിരുമെയ്യിലൊന്നായ് പുനർജ്ജനിച്ചു.

എന്നുമെപ്പഴും

ചാഞ്ഞുനീവെയിലുപോലെനെഞ്ചിലേ-
യ്ക്കാഞ്ഞുപെയ്യുന്നുപകൽനിറങ്ങളിൽ
പ്രാണനെന്നപോലാണു നീവന്നതും
താണുതാണതിന്നാഴിതൊട്ടതും

പാഞ്ഞൊളിച്ചതില്ലോർമ്മമേയുന്നൊ-
രീയനാഥമാം പാഴ്നിലങ്ങളിൽ
നീയൊരാൾമാത്രമീയൊഴുക്കിനൊ-
ത്താഴമോർക്കാതെ കൈതുഴഞ്ഞും

ചോലയാകിലും നീലരാവിലും
പാലപൂത്തപോലാണുസൗരഭം,
ആദിമധ്യാന്തജീവിതയാത്രയി-
ലാധിപൂകാതെയസ്വസ്ഥമാകാതെ!

ഏതുവേദനയ്ക്കുള്ളിലും തീർക്കുക
കാതുകേൾക്കെച്ചിരിക്കാനൊരിത്തിരി
ഏതുപൂവിലും തേനായ്നിറയുക-
യേതപൂർവ്വകാലത്തിലുംനീസഖേ!

ഏറെയെന്നും മുഖപ്രസാദത്തിനാൽ
ആരെയെന്നോർത്തുനിൽപ്പന്യസ്തമായ്
വന്നുചേരുന്നതില്ലപൂങ്കാറ്റക-
ളിന്നുപൊയ്പോയ നേരും നിറങ്ങളും

ആരിതാനന്ദനൃത്തമായീടിലും
ആരുമില്ലെന്നറിയാം പ്രിയംകരം
ഒന്നുമറ്റൊന്നിനേകിപ്പകരമാ-
യൊന്നുമല്ലാതെയാകുന്നുജീവിതം!

എന്നിരിക്കിലുമീജൻമസൗരഭം
നിന്നിലേക്കതുമാത്രമായ് തീർന്നതും
കുന്നിലെന്നോനിറംപോയകൊന്നക
ളിന്നുവർദ്ധിതവീര്യംതെളിഞ്ഞതും

ഒന്നുമില്ലമറക്കുവാനാത്മമേ
നിന്നിലേക്കുള്ളയാത്രയാണീനിഴൽ
എന്നുമെപ്പഴും ഏത്തടമാകെയും
വന്നുചേരുന്നിതെന്നിലേക്കാസ്വരം

കണ്ണിമയ്ക്കാതെയീ വഴിച്ചോലയി-
ലെണ്ണമറ്റ നിലാവിൽ ഞാൻ നിൽക്കവേ
കർണ്ണപൂരിതം കേട്ടാത്മരാഗമായ്
മണ്ണിനാനന്ദപൂർണ്ണമാം രൂപമേ..

കണ്ടതില്ലമയിൽപ്പീലി, കാർമുകിൽ-
വർണ്ണമായതിനാലാനെറുകയിൽ
ഉണ്ടതെപ്പഴും വെണ്ണകട്ടാകവേ
ചുണ്ടിലേറുന്നതുണ്ടാരുചിക്കടൽ...

തന്നതെപ്പഴുംകൂടെകരംപിടി-
ച്ചുള്ളിൽവാഴുവാനാണനുവാദമായ്
വന്നതെപ്പഴോകാത്തിരിപ്പിൻകടൽ
തന്നെമെല്ലെക്കടന്നകത്തുൺമയായ്

ദൈന്യം

നിലച്ച നീലാകാശം
ജ്വലിച്ച സൗരാവേശം
ഇലക്കുമ്പിൾ ചേർത്തുമണ്ണിൽ
ജലാശയം ഹ്രത്താൽ താനേ..

തിളച്ച ഭൂമാർഗ്ഗങ്ങളിൽ
തളിച്ചുപോയ് വേനൽമഴ
കിളിർത്തതില്ലൊന്നും തീയാൽ
വിളർച്ചതന്നാഴങ്ങളിൽ

ഒരിയ്ക്കലീകാണാക്കര-
യ്ക്കരികിൽ നിന്നാരേപാടീ
ചിരിച്ചുല്ലസിക്കാൻപോലും
മനസ്സിലിന്നെന്തോപേടി!

ജനിച്ചതോപെണ്ണായ്മണ്ണിൽ
നിനച്ചില്ല ദൗർഭാഗ്യങ്ങൾ
തനിച്ചല്ലതെന്നോർക്കവേ
എനിക്കുതാൻമാത്രംകാൺമൂ

സ്വരമേഴുമെന്നുംസ്വസ്ഥം
ശ്രുതിചേർന്നുവാഴുംഭദ്രം
സുരാസുരലോകച്ചോട്ടിൽ
സ്ഥിരം വാഴ്കയെന്നും ദൈന്യം

പരിതാപമെന്നും മോഹം
പരിഭവക്കാലം മുന്നിൽ
പരാജയം മാത്രംമന്നിൽ
പരീക്ഷിച്ചുനിൽപൂമർത്ത്യൻ!

ആദ്യമഴ

മഴകണ്ടനാൾ മുതൽ
മിഴിയിലേക്കെത്തുന്നു
വഴിതോറുമഴലിന്റെ
മൊഴിയറിവുകൾ
നനവാർന്ന പകലിലും
കുളിരേകുമിരവിലും
കലിപൂണ്ടുപാഞ്ഞെത്തു-
മാദ്യതുലാത്തിലും
ഇലവല്ലുതലമീതെ-
യിറപണിഞ്ഞീടവേ
ജലരാശിതൻനിലാ-
ക്കുത്തൊഴുക്കായിനാം..
കടവിലേക്കാർത്തല-
ച്ചെത്തിക്കിട്ടുംനിറ-
ച്ചാർത്തുകളേറ്റു
തുളുമ്പും ജലോപരി
രണ്ടുകണ്ണീർത്തുള്ളി
കൊണ്ടുവന്നെപ്പഴോ
പണ്ടുകാലംപണി-
ഞ്ഞിട്ടതാണീക്കുളിർ.
തൊട്ടുപരസ്പരം മെല്ലെ
വളർന്നുഞെട്ടറ്റു-
പോകാതകമേ-
യുണർന്നുപിറന്നതും
രണ്ടുസവിശേഷ

ജൻമാന്തരസുഖ
കർമ്മബന്ധങ്ങള-
ങ്ങൊന്നായലിഞ്ഞതും
കണ്ടുതീക്കാലവും
കണ്ണീരിനോർമ്മയും
കൊണ്ടുനടന്നാത്മ
ദു:ഖവും ദൈന്യവും..
ആദ്യമഴപ്പെയ്ത്തി-
നേതോപരിശുദ്ധ
നേദ്യമായ്കൊണ്ടു-
വന്നീക്കാലമാമനം..
എത്രയാവാന-
മഴിഞ്ഞുലഞ്ഞീടിലും
എത്രയോവേഗമാ
മാരിപെയ്തീടിലും
ഇല്ലതിനാവില്ല
ഹൃത്തടംകാണവേ
നൃത്തമായാടി-
നിറഞ്ഞുനോവാകുവാൻ...
എന്നുമൊരൊറ്റമനസ്സായ് വിരിയുന്ന
പൊന്നുപൂക്കുന്നതടാകജലമതിൽ
വന്നുപെയ്താത്മാനുരാഗമായ്
മാറുന്നി-തിന്നുമെല്ലാകാലവും
ചിരംപൂമഴ

പ്രയാണം

കുതിച്ചുപാഞ്ഞെല്ലാകിതപ്പുമോർമ്മയും
സ്മൃതിച്ചുരുൾപ്പുകക്കകെത്തുനീറവേ
കൊതിച്ചുപോയ്മനസ്സിരച്ചുനീങ്ങിടും
വിധിച്ചജീവിതപരാശ്രയങ്ങളിൽ...

സുഖം സുഖം ചിരം ഭ്രമിച്ചകാലവും
മുഖം തിരിച്ചുനിന്നൊളിച്ചസ്നേഹവും
കൊതിച്ചൊരിക്കലീ ദ്രവിച്ചയാതനാ
വഴിക്കുപോരുവാൻ ശ്രമിച്ചുമേൽക്കുമേൽ

ഒരിക്കലോർമ്മതൻ നിശാസുഖങ്ങളിൽ
ചരിക്കവേസുഖം ശരിക്കറിഞ്ഞതും
ഒരിക്കലോളമാനൊറലിച്ചുനീങ്ങവേ
ചിരിക്കിലുക്കമൊയലിഞ്ഞു ചേർന്നതും

മറന്നിടാതതുണ്ടിരിപ്പുമാനസം
പറന്നിറങ്ങിയോരിടങ്ങളിൽ ചിരം
ഉറങ്ങിലും മനസ്സുണർന്നിരിപ്പിലും
വെറും നിലത്തതുണ്ടിരിപ്പുസുസ്ഥിരം

കഴിഞ്ഞകാലമേപിരിഞ്ഞുപോകുവാ-
നൊഴിഞ്ഞമാനസംപറഞ്ഞതോർക്കുമോ?
വിരിഞ്ഞ ഭാവനാ വിലാസവായ്പിലും
നിറഞ്ഞൊരോമനചിരിപ്പടർപ്പിലും

ഇടംവലംപറന്നടുത്തുചേർന്നുവ-
ന്നിടങ്ങൾതേടുമീസ്മൃതിക്കുതിപ്പിലും
ഇടയനെന്നപോൽ വനനടുവിൽനി-
ന്നിടയ്ക്കുമൂളുമീസ്വരലയത്തിലും

മനസ്സതിരിലേയ്ക്കൊളിച്ചുമെല്ലവേ
തമസ്സിനാധിയിൽ വരുന്ന രാവിലും
കൊതിച്ചതും നിലാവുദിച്ചതുമതേ
വിധിച്ചതാം മുഖപ്രസാദ സൗഭഗം

കടന്നുവന്നതും പറഞ്ഞുനിൽപ്പതും
പിടഞ്ഞമീനുപോലുടക്കുമുൺമകൾ
നിറഞ്ഞതോ നിലാത്തെളിമനസ്സില-
ന്നുറഞ്ഞുയർന്നതാം സുഗന്ധസാന്ത്വനം

ഒരിക്കൽമാത്രമല്ലൊരായിരംതരം
വിരിഞ്ഞപൂക്കൾതൻ ചിരിപ്പരപ്പിലും
ശരിക്കുസൗരഭംനിറഞ്ഞുമേവുമാ
സരിത്തിലാകെയും പ്രഭാമയം മുഖം

തുറന്നജാലകപ്പടിക്കുതാഴെയാ-
യടർന്ന ജീവിതപ്പഠിപ്പിനോർമ്മയിൽ
നിറഞ്ഞുനിൽപ്പതാം വിശാലലോകമി-
ന്നുറഞ്ഞുവന്നതീയടുപ്പമേൽക്കുവാൻ!

വിഷാദകാലവും വിമൂകലോകവും
വിനാശയാത്രകൾ പതിച്ചുനൽകവേ
വിലാപവാക്കുതൻ വിഹാരഭൂവിതിൽ
വികാരമാകെയും വെടിഞ്ഞു സന്ധ്യകൾ

വിളക്കിലോ പകൽ പ്രകാശവാഴ്‌വിലോ
തെളിഞ്ഞുനിൽപതീയനന്തസൗരഭം!
വരുംവരും വഴിക്കൊരിക്കലീവര-
മ്പിറമ്പിലാരൊരാൾ നിനക്കുനേർമുഖം!

ജ്വലിച്ചസൂര്യനും പൊലിഞ്ഞൊരഗ്നിയും
ജലാരവത്തിലേക്കൊളിച്ചവെട്ടവും
നിറഞ്ഞരാത്രിയെ പകൽപ്രകാശമായ്
നിനച്ചുകൈയയച്ചലോസരംധൃതം!

തെളിഞ്ഞനീലരാവൊളിച്ചുമെല്ലവേ
കുളിച്ചുപാഞ്ഞതീനിതാന്തനൻമയിൽ
ഒരിക്കൽ രണ്ടുപേരിരുന്നവാണതാ-
മിരിപ്പിടത്തിലും പരസ്പരാധികൾ

നിറച്ചുനക്ഷത്രം നിലാച്ചിരിക്കടൽ
നിലച്ചഹൃത്തിൽനിന്നുണർന്നനന്മകൾ!
പകരമേകുവാനരികിലൊന്നുമി-
ല്ലധരശോഭയിലുണർന്നുസൗഹൃദം!

ജലാശയമതിന്നഗാധനീലയും
നിലാവിനാകാശംനിറഞ്ഞശോഭയും
ജനാപവാദമേമറന്നുപോകനീ-
യനാഥമല്ലിനീയനന്തജീവിതം!

ജനിച്ചപൂവിനും രമിച്ചഭ്രൂവിനും
ധ്വനിച്ചുകേട്ടിടും നിശാരവത്തിനും
പകൽവെളിവിലും നിലാനിറത്തിലും
പരിഭ്രമിച്ചിരുന്നനാദിനാൾകളിൽ

പകർന്നതില്ലപാരൊരിക്കലൽപമായ
ടർന്നജീവനിന്നപൂർവ്വനൻമകൾ!
തകർന്നടിഞ്ഞതാണഗാധവേദന
പകർന്നതാടിയൊട്ടനാഥവേദികൾ!

പലതുമോർക്കവേചിലതുപാഴ്മൊഴി
പലവിധമതു, ചിലർക്കുവായ്മൊഴി.
പതിവുകാലമേതിരിഞ്ഞുപോവുക
മതിവരാത്തതാണനന്തയാത്രകൾ!

പിരിഞ്ഞുപോകുവാനരങ്ങിലല്ലിനി
വിരിഞ്ഞുവിസ്മയംമനോജ്ഞമീവിധം
പ്രയാണമായ്പ്പരിണമിച്ചജീവിതം
പ്രയാസമുക്തമായ് പരിണയിക്കവേ.

ജ്വലിതകാലമേ നിലയ്ക്കയില്ലിനി-
പ്പലവിധംകേട്ടപതിവുപല്ലവി
ജനിച്ചനാൾമുതൽ തിരഞ്ഞതിന്നിതാ-
സുനിശ്ചിതം ചേരുന്നിവിടെ ജീവനിൽ

ആകുലം

എന്നുംതിരികെവരാറ്റുള്ളക്കുവൽകേ-
ട്ടിന്നുമെൻ ജുവൽചികഞ്ഞിരിപ്പുണ്ടുഞാൻ.
ജലാശയംപേറുന്ന കൺകൾതന്നാഴവും
നീലാഭയെന്നും നിഴലായ മേഘവും

എപ്പഴാണ്ടൊഴിതന്നാശ്വാസമായ്പ്പെയ്തു
നിൽപ്പതെന്നൊട്ടുമറിവീല നിശ്ചയം
ദേഹം മറച്ചെന്നൊടൊപ്പംചരിച്ചതും,വൈ-
ദേഹിയെന്നപോലഗ്നിയെവെന്നതും,

ദേവാംഗനയ്ക്കുസമംചിരിച്ചന്നാദ്യ-
വേദാധ്യയനങ്ങൾക്കു കൂട്ടായിരുന്നതും,
വേഗവേഗം മറന്നില്ലൊട്ടുമാരുമേ-
യാഗമനത്തിലും വർഷാന്ത്യരാവിലും

വേദനമാത്രം കടംചേർത്തവീഥിക-
ളാദരമില്ലാതെസ്വീകരിച്ചാദ്യനാൾ
വേവും കടൽച്ചൂടിലൊന്നുമറിയാതെ
യേകാംഗദു:ഖംകടിച്ചമർത്തീസ്വയം

പോകുന്ന ദിക്കിലെല്ലാടവും കൺകൊണ്ടു
പോയെന്നറിയാതെയെന്നും തിരഞ്ഞതും
പായുന്ന കാലത്തിനിന്ദ്രജാലങ്ങളി-
ലായുന്നമർത്ത്യപ്രതീക്ഷയായ് നിന്നതും

പ്രാണനെപ്പോലെ പറിച്ചെടുത്താദിയി-
ലോണവുമോർമ്മയുമെല്ലാംവെടിഞ്ഞതും
ചായും വെയിലിലിലൂടോർമ്മയെച്ചുറ്റി
വലംചേർന്നുപോകുന്നകാലവും കർമ്മവും.

കാണുന്നരികത്തുമുള്ളിൽ കനവിലും
വേണുതന്നാദിനാദം തീർത്തനൻമകൾ
താണുതാണാഴിയെത്തൊട്ടുപൊങ്ങീടുന്ന-
താണുനിൻവീണാവിരൽത്തന്ത്രിനോവുകൾ..

പോക്കുവെയിലുകൾ കാത്തുനിൽക്കാതെ

ഓർത്തൊന്നെടുക്കുവാൻ വയ്യെനിക്കൊട്ടുമേ
ചേർത്തുവെച്ചുള്ളനിൻ ദുഃഖവും ദൈന്യവും
തീർത്തുപോകുന്നൊപകലതിന്നുത്തരം
രാത്രിയോടോതാതെയാത്രയും ദൈർഘ്യവും
എന്നും കരഞ്ഞുറങ്ങീടുന്നസന്ധ്യക-
ളിന്നാണുണർന്നൊട്ടുനേരംചിരിപ്പത്
എങ്ങും കരിഞ്ഞുണങ്ങീടും വെയിലുക-
ളെന്നും ചരിഞ്ഞുചാഞ്ഞെത്തും പകലതിൽ
എന്നാത്മമിത്രമേ കാതിൽ നേദിച്ചുഞാ-
നൊന്നുംപറഞ്ഞതില്ലാരോടുമിത്രനാൾ
എന്നും പ്രണയാതിരേകമാം കണ്ണുകൾ
പൊന്നുപൂക്കുന്നതാം പുഞ്ചിരിപ്പുമൊഴി
വന്നുകാതോർത്തുഞാൻ നിന്നതുണ്ടീഭുവി-
ലന്നന്നു കാണാനെനിയ്ക്കോണമാകുവാൻ
ഓടിക്കിതച്ചുവന്നോമൽപ്പദങ്ങളി-
ലോമനപ്പൂമുഖം ചേർത്തുമ്മവെയ്ക്കവേ
പാടിത്തളർന്നതാണെന്നുതോന്നീലെനി-
യ്ക്കോടക്കുഴൽ വിളിച്ചുണ്ടുംസ്വരങ്ങളും
പാരിനെപ്പാടേയുണർത്തുന്നൊരാ-
ച്ചിരിപ്പാൽനിറംകണ്ടോർമ്മയുള്ളിലുണരവേ,
കാലമേൽപ്പിച്ചകടവുംകടമയും
പാലാഴിയായെന്നിലൂറിനിറയവേ,
കാത്തുനിൽക്കാതെ കടന്നുപോയീടുന്നി-

തോർത്തുവെയ്ക്കാറുള്ളരാച്ചിരിപ്പൂമണം
കാലങ്ങളശ്വരഥത്തിലാണ്ടാഴിയിൽ
ജാലങ്ങൾതീർപ്പതും നാളെണ്ണിമായ്‌വതും.
താലിചേർക്കുന്നനിലാവതുഭ്രമിക്കു-
മാല്യമായ്ത്തീരുന്നതാരകരൂപങ്ങൾ
നാമെന്നുമോർക്കുന്നനാളുകൾ, നാളീക-
ലോചനനൊപ്പം കഴിഞ്ഞതാമൂഴങ്ങൾ

കിളിമകൾ

എത്രകാലം കൊതിച്ചുപാഞ്ഞൊപ്പമാ
സത്രജീവിതപ്പാതകൾ ചേർന്നു നീ.
എത്രനേരം കിതച്ചുനിന്നാകുലം
മിത്രമെന്നെന്നെയോർക്കുവാൻ സ്നേഹമേ
രാത്രിനീളുന്ന നേരത്തുനീമൂളു-
മെത്രയോരാഗവിസ്താരശീലുകൾ
അത്രയോളം പതുക്കെവന്നാരിലുമൊറ്റ-
മാത്രയും കാണാതെ പോന്നുഞാൻ
കേട്ടപാട്ടതിന്നെത്രമനോഹരം
കേൾക്കുവാനുള്ളതെത്രപ്രിയങ്കരം!
പാറിവന്നെന്റെ ചില്ലമേലായിരം
പ്രാണനക്ഷത്രദീപ്തിയായ് മാറിയും
പാതിമെയ്യെന്നു ചൊല്ലിയെൻ കൈചേർത്തു
വാതിൽമെല്ലെപ്പകച്ചുനീചാരിയും
പാതിരാവിലും കണ്ണിമപൂട്ടാതെ
യാതിരാനിലാപൊൻകുളിരേകിയും
സ്വാതിമൂളിയോരാദിരാഗത്തിന്റെ
വേദിയിൽ നിലാസാധകമോതിയും
പാടിവന്നണഞ്ഞിടുക പാഴ്മുള-
ന്തണ്ടിലൂറുന്ന രാഗപരാഗമായ്
ഓടിവന്നീനവോദ്യാനനന്മയി-
ലാടിവന്നണഞ്ഞീടുകശാരികേ
താഴെവീഴാതെതാങ്ങിനിർത്തീടുന്ന-
തുഴമെത്തവേകാണുന്നുകൈപ്പടം

കൂടെയുണ്ടാകുമെപ്പഴുമെങ്കിലും
വീടെനിക്കെന്നുമാസ്വനംനെഞ്ചകം
താവകാന്തരംഗത്തിൽനിന്നേറുന്ന-
താവണംചെമ്പകത്തിന്റെ പൂമണം...

അപ്രിയം

വേനൽ പറന്നൊച്ച വെയ്ക്കുന്നു.
വേവും കനൽച്ചില്ല
ഉഷ്ണമുന കൂർപ്പിച്ച്
നോവിച്ചുകൊണ്ടേ
രസിച്ചുപായുന്നു...
കാവലാരെന്നൊന്നുമറിയാതെ
കാനനച്ചോലകൾ
കണ്ണടച്ച്
അന്തിയിലൊറ്റയ്ക്കുചായുന്നു
രാവുതിക്കിക്കയറി വന്നെത്തവേ
കാലം പ്രകാശത്തെയൊട്ടുമേ
കാക്കാത-
കാലത്തിലോ മടക്കിവിളിക്കുന്നു
ലോകനൻമതൻ പച്ചയെച്ചൂഴുന്ന
ശോകമൊട്ടുമറിയാക്കുളിരിനെ,
തെല്ലുമോർക്കാതലട്ടാതെ,
തല്ലിക്കെടുത്തിക്കളയുന്നു വാഴ്‌വിനെ
കാട്ടുകണ്ണാൽ കടംചേർത്തമേൻമകൾ,
കാവ്, നീലക്കുളക്കരച്ചോലകൾ
കൂട്ടുമാറാൻമടിക്കും കിളിക്കുവ-
ലോടകീറിപ്പരക്കുന്നകാറ്റൊലി
ആർദ്രിയിൽപ്പെട്ടു
പുല്ലാങ്കുഴൽച്ചിരി
ആരുമോർക്കാൻ കൊതിക്കുന്ന വൈഖരി,
തമ്മിൽ ഭേദം പഴിക്കുന്ന സംസ്കൃതി

രാമഴച്ചാറ്റലാകുന്ന കണ്ണുകൾ....
കണ്ടു നാം മറന്നെത്രയോചിത്രങ്ങ-
ളുണ്ടുനാം മടിച്ചൊന്നും പറഞ്ഞില!
കണ്ടതില്ലാരുമാത്മദു:ഖങ്ങളും
കണ്ടതെന്നും പുറംകാലകാഴ്ചകൾ...
കണ്ടകണ്ണുകൾ നിർദ്ദയം സാക്ഷിയാ-
യുണ്ടുവിണ്ണോളമിന്നുമരുതുകൾ.

നിഴൽ

ഇന്നു നീപാട്ടുമോർമ്മതൻ വേർപാടി -
ലന്നുവന്നതു മീശബ്ദമല്ലയോ
ഇന്നനീച്ചുട്ടുമാവാടിയോരിത-
ളന്നുനിന്നെ സുമുഖിയാക്കിലയോ
ഇന്നനീ മൂളുമാരാഗശീലുക-
ളന്നുവർണ്ണങ്ങളായ് പെയ്തതില്ലയോ
ഇന്നനീമഴച്ചാറ്റലായ് പെയ്ത-
തന്നൊട്ടുമേചോർന്നതില്ലരാവോളവും
ഇന്നനീയുണർന്നോർത്തോർത്തിരി-
ക്കുന്നതന്നുനീളെയുറങ്ങിയനോവുകൾ
ഇന്നുമോഹങ്ങളില്ലനിനക്കൊന്നു-
മന്നുപൊയ്പോയവേനലോർത്തൊട്ടുമേ..
ഇന്നുപൂർണ്ണനിലാവിലായ് മേവുന്ന
പൊന്നുപൂശിയോരാകാശസൗരഭം
വന്നുചേരുവാനാശിച്ചുപൂക്കുന്നു
കൊന്നയായ് കണിക്കെന്റെയീസന്ധ്യയിൽ
കണ്ണുഞാൻ തുറന്നൊന്നതുകാണവേ
മണ്ണിലുത്സവഛായതന്നാരവം
വിണ്ണുപോലുമസൂയയാൽ ചോക്കുന്നു,
കണ്ണടയ്ക്കുന്നു രാത്രിയെവേൾക്കുവാൻ.
ഇന്നനീനെഞ്ചുചേർത്തുപ്രാർത്ഥിപ്പതു-
മന്നുനിന്നെ വെടിഞ്ഞതാം നൻമകൾ
ഇല്ലിതിൽപ്പരമാനന്ദമിന്നിനി
ഇല്ലസ്നേഹവും സൂക്ഷ്മവും ചിന്തയും..
ഇന്നു കണ്ടതാണെന്നും കരുതുന്ന-
തൊന്നുമാത്രമാം ജീവന്റെ ജീവനെ..

നിയോഗം

ഓരോവെയിലിലുമോടിക്കളിക്കുവാൻ
ആരോരുമില്ലാതെനാമിരുന്നെത്രയോ!
ഓരോമഴയിലുമെന്നും നനയുവാൻ
ആരാകിലെന്തെന്ന് തമ്മിൽപറഞ്ഞുനാം
ജീവന്റെയോരോതുടിപ്പിലുമെത്രനാമാ-
ജീവനാന്തം ജനിക്കുവാനോർത്തതും
ജീവനേക്കാളതികായമായ്ത്തീർന്നൊരാ-
ജീവിതസ്പന്ദം മറക്കാൻശ്രമിച്ചനാം...
പൂതേടിബാല്യങ്ങൾ കൈവിട്ടവീഥിയും
പൂത്താലവുംകൊണ്ടുനീനിന്നവേദിയും
തൂമഞ്ഞിനോർമ്മകൾക്കുള്ളിലൂടങ്ങനെ
തൂവെൺമയിൽ ചേർത്തുകാണുംഞാനിപ്പഴും
കാലംവരച്ചിട്ടകാർമുകിൽ ദു:ഖങ്ങൾ
ജാലം പണിഞ്ഞൊരാമേനിയഴകിലും
ശൂലങ്ങൾകൊണ്ടാഴനോവുകൾതീർക്കുന്ന
ശീലങ്ങളായവനാൾതോറുമോർക്കുന്നു.
എന്നുമാകാൽച്ചോട്ടിനോരോചുവടിലു-
മിന്നുമിടറാതിരിപ്പതെന്തോർമ്മകൾ!
ഇന്നുമാകാനനസന്ധ്യയിൽസീതയായ്
വന്നനുയാത്രകളേകുന്നു നീചിരം
ഒന്നുമതോർത്തില്ലമാതൃശീലങ്ങളും
വന്നേറെയേകിയതാതഖേദങ്ങളും
നാളെണ്ണിനീങ്ങവേ നാദംനിലച്ചപോയ്
തോളൊപ്പമെത്തിയന്നാത്മദു:ഖങ്ങളും
എല്ലാമെരിഞ്ഞുതീരുന്നതുംകണ്ടുനി-

ന്നോരോജരിതയും കാട്ടുപേക്ഷിക്കവേ...
അന്നുച്ചിയാകെകനത്തുപെയ്തൂർവ്വിയിൽ
വന്നുച്ചവേഗത്തിലാശിച്ചരാമഴ---
നിന്നുനനഞ്ഞതിലൊന്നായലിഞ്ഞുചേ-
ർന്നന്നുമുതൽക്കാത്മഹർഷംപിറക്കയായ്..
സ്വച്ഛമീവാനിന്നടിയില്ലൂട്ടുച്ചിയിൽ
പച്ചയിലൊന്നായുയിരുപൂത്തീടവേ
വെച്ച വണങ്ങിനമിക്കുന്നുജീവനെ
യച്ചരിതങ്ങളിലെന്നുംജനിക്കുവാൻ-

സമർപ്പണം

സ്വച്ഛമേലാപ്പിനുള്ളിൽ കിടന്നോരു
പച്ചതീകാഞ്ഞവൃശ്ചികസന്ധ്യയിൽ
ഒച്ചവെക്കാതെനാമിരുന്നന്യോന്യ-
മുച്ചയുംതാണ്ടിനാളുതീരുംവരെ..

വിണ്ണിലേക്കുവിരൽചൂണ്ടിയന്നുനീ
മണ്ണിനേക്കാളതുൺമയെന്നോതവേ
കണ്ണിനാഴത്തിലജ്ഞാതസൗരഭ-
മെണ്ണിയെണ്ണിഞാനെല്ലാം മറക്കയായ്

ചാഞ്ഞപൂമരക്കൊമ്പതിൽചാരിനി-
ന്നൂഞ്ഞലാട്ടുവാൻമോഹിച്ചകാലത്തെ,
പാഞ്ഞുപോകുന്നനന്മതന്നുഴത്തെ-
യാഞ്ഞുനെഞ്ചോട്ടുചേർക്കാൻകൊതിച്ചുനീ

ഉള്ളിലോളമായ് തീരുന്നഗദ്ഗദം
വെള്ളിമേഘങ്ങളായ് കണ്ണിലൂറവേ
തുള്ളിപോലും തുളുമ്പാതെജീവിത-
മുള്ളിൽമായാതെ നീയേറ്റെടുക്കയോ

ചാരെയെങ്കിലും കൈകോർത്തവേളയിൽ
ചാരുശരീരയായ്ത്തീർന്നാപകലുകൾ
പോരികെപ്പഴും ജീവനായ് ശാരികേ
സൂര്യശീലങ്ങളുള്ളിൽ നിറയ്ക്കനീ

ജീവനെക്കൊതിച്ചൂഴിയിൽവേവുന്നൊ-
രീമനഛരായതൻ മാറാത്തനോവിലും
ജീവിതംപകച്ചൊറ്റയ്ക്കുപൊയ്പോയ
ഭൂതകാലത്തെയെന്നോമറക്കനീ..

എത്രചേർന്നിരുന്നാവോളമാശ്വസി-
ച്ചത്രതന്നെ സ്വയാർജ്ജിതം ജീവിതം
സ്നേഹമാകിലും കാണാതെപൊയ്പോയ
സ്നേഹമെപ്പഴമാർക്കുമസാധ്യമാം..

സ്മൃതിയിലാകെയും...

അകത്തുദിക്കുന്നിതായിരം നക്ഷത്രങ്ങൾ
പകുത്തുനൽകാം നമുക്കന്യോന്യമതൊക്കെയും
നിറഞ്ഞ മാനത്താകെ നീലയും നീഹാരവു-
മറിഞ്ഞൊരാക്കൺകളിലുലഞ്ഞുനിശാഗന്ധി

വിടർന്നപുഷ്പോത്സവതുടിപ്പിലാഭാവങ്ങ-
ളടർന്നുപയ്യെപ്പയ്യെ പതിച്ച ഭ്രൂവിലാകെ
തെളിഞ്ഞുകാണുന്നുഞാനതിങ്കലാമോദമാ-
യൊളിഞ്ഞുനോക്കിസ്വയംചിരിച്ചപൂക്കുംകാലം

നിലാവുകത്തിത്തീർന്ന നിശാകവാടങ്ങൾ
കിനാവുപെയ്തേതോർന്ന വിശാലവിസ്മയങ്ങൾ
നടന്നടുക്കുംതോറും പിടഞ്ഞുമാറീടുന്ന
നദീതടങ്ങൾ തീർത്തനിലാവിന്നുയലോളം

വിഷാദവിസ്മയം നിറഞ്ഞുപൊങ്ങിയ
വിദൂരമാസ്മരസുതാര്യസൈകതം
മറന്നുമാനസം മഹത്തരം മന-
സ്സൊരുക്കിവെച്ചൊരാമതിൽമറവുകൾ

ഒരാൾക്കുമാത്രമായ് പകുത്തതെങ്കിലും
അയാൾക്കെതെപ്പഴും അനന്തമന്യവും
അറിഞ്ഞൊരൊറ്റയാളകന്ന കാഴ്ചയിൽ
നിറഞ്ഞജീവനും നിതാന്തഭംഗിയും

അകത്തുമെല്ലവേ തുടിച്ചതായിരം
അനന്തസൗരഭം പൊഴിച്ചനൻമകൾ
അതിന്നഗാധമാം ഇലത്തണുപ്പിലു-
ണ്ട ശേഷമാഗ്രഹം ശമിച്ചയാത്രികൻ
അതെന്നുമിന്നുമാമനസ്സിനാശ്രയം
അതൊന്നുമാത്രമാണവൾക്കുജീവിതം

അമൃതം

സ്വപ്നങ്ങളുടെ മേൽക്കൂരയിൽ
നീചാഞ്ഞുപെയ്തിടത്തൊക്കെ
സ്വർണ്ണനക്ഷത്രങ്ങൾ
കൺമിഴിച്ചിരിക്കുന്നു.

സ്വകാര്യങ്ങളുടെ ചതുപ്പിൽ
നീസ്വരൂപിച്ചുവെച്ച
നന്മകളുടെ കുഞ്ഞിലകൾക്ക്
എന്തുപച്ച!

അത്
ആകാശത്തിന്റെ
വെളുത്തസ്വാതന്ത്ര്യത്തിലേക്ക്
വിരലോടിക്കുകയും
ഭൂമിയുടെ
നനഞ്ഞസ്വാസ്ഥ്യങ്ങളിലേക്ക്
വേരിറക്കുകയും ചെയ്താണ്
അതിന്റെ
ജീവിതം പ്രഖ്യാപിക്കുന്നത്.

ആകസ്മികതഎന്നൊന്നുണ്ടെങ്കിൽ
അതുസാധ്യമാകുന്നത്
ആ പ്രതീക്ഷയിലാണ്

അത്രയ്ക്കുമോഹിപ്പിച്ച
വെയിലിലിലാണ്
ചിരികൾ വരണ്ടുണങ്ങിയത്.
അതുപിന്നീട് വീണ്ടെടുക്കുന്നത്
പെയ്തുകുതിർന്ന
ആ ഇറയങ്ങളിലാണ്.

അവൾ

എത്രയോ രാത്രികളസ്വസ്ഥയായ്ക്കഴി-
ഞ്ഞന്യന്റെ സത്രത്തിലേകയായ് നീ.
എത്രയോ മാത്രകളസ്ഥികൾ പൂക്കുന്ന
സ്വപ്നങ്ങൾ നോവാൽ കടിച്ചിറക്കി.
എത്രയോ സ്നേഹവായ്പേറുന്ന നേരങ്ങ-
ളെന്നും വൃഥാ പ്രതീക്ഷിച്ചിരുന്നു. !~
കണ്ണുകളെന്നും കടമ്പിന്റെ പൂക്കളും
കാതുകളോടക്കുഴലുമോർത്തു.
വിണ്ണിലേക്കെത്താൻ കൊതിച്ചതാരങ്ങളെ
തന്നിലേക്കെത്താൻ ക്ഷണിച്ചിതെന്നും
എന്നും നിഷേധസ്വരങ്ങളിൽ തന്നെയിർ-
മാത്രം ജയിക്കണമെന്നതോർത്തു.
എന്നും നിലാവിനെത്തന്നോടുചേർക്കുവാ-
നൊന്നല്ലൊരായിരം രാവിൽ വേർത്തു.
എന്നുമാഹ്ലത്തിൽ പിറന്നസ്വപ്നങ്ങള-
ന്നൊന്നൊന്നുമായാതെ മോഹിച്ചുനിന്നതും,
എന്നും കിനാക്കുളിർ ചോലയിലാവോള-
മൊന്നുമോർക്കാതെ നടക്കാൻ തുനിഞ്ഞും,
അന്നതസാധ്യമായ് തീർന്നോരുനേരത്ത്
നിന്നൊരാളെന്താകിലെന്നോർത്തു വിസ്മയം!
കാലം മഴയിലും വേനൽപ്പഴുതിലും
കാത്തുവെച്ചിന്നു സൗഭാഗ്യങ്ങളേകീടവേ..
കൈവെള്ളയിൽ നിന്നുതിർന്നുപൊയ്പോയൊരാ-
കൈവല്യജൻമം തിരിച്ചുകിട്ടീടവേ...
കാലത്തിനായുസ്സതേകുന്ന സൗഭാഗ്യ-

ജാലങ്ങൾ കണ്ടുനീയത്ഭുതം കൂറവേ..
താനേ കുനിഞ്ഞശിരസ്സിലീകാലത്തി-
നുൺമയും നന്മയുമാവോളമേൽക്കനീ..
താനേകയായ് സാധ്യമാക്കിയെടുത്തൊരീ-
താരാഗണോത്സവജീവനെ സ്നേഹിക്ക!
താനേകസാക്ഷിയായ്കൈവന്നൊരീജൻമ-
താളസംഗീതങ്ങൾഹൃദ്യമായ് വേൾക്കനീ!

പ്രാർത്ഥന

നീലരാവിന്റെ തീരശോഭയിൽ
നീതനിച്ചിരുന്നെന്തുപാടുവാൻ!
പൊയ്കനീളെനല്ലാമ്പലോളങ്ങൾ
ചെയ്കയാണാത്മഹർഷനൃത്തങ്ങൾ
ചാരെവന്നിരുന്നേതുരാഗമാ-
ണീണമോടെഞാനൊന്നുമൂളുവാൻ!
സ്നേഹസങ്കൽപമോഹവേഗങ്ങ-
ളുള്ളുലച്ചുകൊണ്ടോടിയെത്തീടവേ,
സീതസൗമിത്രനാമമൊക്കെയും
ശ്രീയെഴുംനാവിലാദ്യമുറവേ
പ്രാണനായുള്ളിലുണ്ടുറങ്ങുന്ന
സ്ത്രൈണസങ്കൽപഗാനമാധുരി
നിന്നിലേക്കനുസ്യൂതമെത്തുന്നു
പിന്നിലായുറങ്ങുന്ന്യകാലങ്ങൾ!
ഒന്നുമാത്രമോർത്തെന്നെന്നുമീമണ്ണിൽ
നിന്നുപ്രാർത്ഥനാപൂർവ്വമേകണം
നിന്നുപോകാത്ത സ്നേഹസായൂജ്യ-
നന്മയും പിന്നെ നിന്നിലെനിന്നെയും..
എന്നുമോർമ്മയിൽ ചേർത്തുവെച്ചതാ-
ണിന്നതാണുള്ളിനോണസൗരഭം!

ഉടൽ

നിശബ്ദതയിലേഥ്
വെളിച്ചം പ്രവേശിപ്പിച്ച
രാത്രിനക്ഷത്രങ്ങൾപോലെയായിരുന്നു
കണ്ണുകൾ.
ഓർമ്മകൾ
വെളുത്തകൈത്തണ്ടയിലുപേക്ഷിച്ചുപോയ
നീലമറുക്
ഒരുമയിൽപ്പീലിയുടെ സുകൃതംപോലെ
ചാഞ്ഞുതെളിഞ്ഞു
നഖവടിവിന്റെ ആഴങ്ങളിലൊക്കെ
അഴകിന്റെ ചന്ദ്രമുഖങ്ങൾ....
പതിയെ,
ഓരോ കാൽവെയ്പ്പിലും
ചവിട്ടിക്കടന്നുപോന്നതറിയാത്ത
ഭൂമിയുടെ
സ്നേഹനിർവ്വിശേഷമായ
അനുസരണകൾ.
പൊറുത്തുമറഞ്ഞപാപങ്ങൾക്കിക്കരെ
ശേഷികുറഞ്ഞ ഒരുമഴയിൽ
നനഞ്ഞുനിൽക്കവേ
ഒരു ഇലത്തണൽ
ഈ വഴിവന്നെങ്കിലെന്ന്
ആശിച്ചതും
ജീവിതത്തിന്റെ നനുത്തശിക്ഷകൾക്കക്കരെ
വേഗം ശമിച്ച ഒര് കാറ്റിൽ

ഉടൽവിറച്ചിരിക്കവേ
ഒരുകൈച്ചൂട്
ഇന്നെങ്കിലുമെന്നോർത്തതും
വേദനകളുടെ വെപ്രാളങ്ങളിൽ
ഉയിരുമറന്ന്
വാതിലുകൾ വഴികാണിച്ചുതന്നിട്ടും
അകത്താണാശ്വാസമെന്ന്
സ്വമേധയാ നീ...!

സഹയാത്ര

ഏറെദൂരംനടക്കുവാനുണ്ടിനി
ചാറിവീഴുന്നൊരീമഞ്ഞുസന്ധ്യയിൽ
ചാരെയുണ്ടെന്നിലെപ്പഴും സാകൂത
മാരെയോതിരഞ്ഞാനന്ദമായവൾ

പോരികൊപ്പെമെന്നെന്നോപറഞ്ഞൊരാ-
ളാരിതെന്നെനിക്കോർക്കാമെളുപ്പമായ്
പാരിലൊപ്പംപൊറുക്കാൻ ശയിക്കുവാൻ
മാരിവില്ലൊത്ത മാനസസൂക്തമായ്.

എന്നുമോർമ്മതൻ വർണ്ണമേലാപ്പുകൾ
വന്നുചേർത്തൊരെന്നാപാദജീവിതം
പിന്നിലും പിന്നെ മുന്നിലും കണ്ണിലും
പിന്നിട്ടു നീതിർത്തൊരാവഴിക്കൊപ്പമായ്

ഒന്നിച്ചുചേർന്നുള്ളൊരപ്രിയസത്യങ്ങൾ
എന്നുച്ചിയോളം വളർന്നുനിറയവേ
വർണ്ണിച്ചുപൂത്തുലഞ്ഞാമോദമാകുന്നു
എന്നുച്ചയോളവും രാവോളവും കുളിർ

കാലമേനിയിൽകൈചേർത്തുവർണ്ണങ്ങ-
ളൂയലാട്ടുന്നിതോരോളുതുവിലും
ലോകമൊന്നായൊളിച്ചേകിനൽകുന്നി-
താകെയാനന്ദമാർഗ്ഗവും നൻമയും

നീയാകവേ

സ്വർണ്ണനക്ഷത്രമോടിക്കളിക്കുന്ന
വർണ്ണചിത്രമാണാകാശമാകെയും
കണ്ണിനാനന്ദമായ് നീ പിറക്കുന്നു
മണ്ണിലും പിന്നെ മാരിവിൽ മാറിലും
കർണ്ണികാരങ്ങൾ പൂത്തതിനുള്ളിലും
കർണ്ണമേൽക്കും സ്വരസ്ഥാനവായ്പിലും
പൂർണ്ണചന്ദ്രപ്രകാശനിറവില്യ-
മൂർന്നുവന്നെന്റെയാനന്ദരാവിലും
നീ നിറഞ്ഞാത്മമോദമായീണമാ-
യീനിലാവിലെന്നുയലായോമലായ്
നീ നിലയ്ക്കാതൊഴുകിവന്നെന്നിലേ-
ക്കോർമ്മപൂക്കും സ്വരാനന്ദഗംഗയായ്
നീ നിനയ്ക്കാതെ കാറ്റായലഞ്ഞുവ-
ന്നീനിലാക്കാലമാകെപ്പരക്കണം.
നീ കിനാച്ചില്ല പൂക്കും വസന്തത്തി-
നീണമായെന്റെ തന്ത്രിയിലേറണം.
നീ വെളിച്ചത്തിനോളപ്പരപ്പില്യ-
ടൊറ്റയാം കളിത്തോണിയായ് നീങ്ങവേ
നീലരാവിലന്നാരുമേകാണാതെ
നിന്നകത്തേറിയൊന്നായലിഞ്ഞിവൻ
നീയൊരേക പ്രകാശപ്രഭാതമായ്
നീളെനീളെവന്നാകാശമേറവേ,
നീയൊരിക്കലും കാണാതെനിന്നിൽവ-
ന്നോണമായ്പിറന്നേകുന്നുപൂക്കൾഞാൻ

നീയറിഞ്ഞാലുമില്ലയെന്നാകിലും
നീയുറങ്ങിലും നല്ലോരുണർവ്വിലും
പൂത്തുലഞ്ഞാത്മഗന്ധമായ് മാറിയും
തീർത്ഥമാഹൃത്തിലെന്നുംപിറന്നുഞാൻ.

ഇഷ്ടദൂരങ്ങൾ

ശിഷ്ടകാലങ്ങളൊപ്പംകഴിയാനാശിപ്പ ഞാൻ
കഷ്ടകാലത്തിൻ ദൂരം കനലായെരിയവേ
നഷ്ടമായീലെനിക്കൊട്ടുംനീ തന്നൊ-
രിഷ്ടരാത്രികളിതേവരേക്കും
വിട്ടുപോകുന്നില്ലീവെയിൽ
ഭൂവിനെപ്പിരിഞ്ഞെങ്ങും
ഒട്ടുദൂരങ്ങൾ താണ്ടി
പിന്നെയും തിരിച്ചെത്തും
പെട്ടെന്നു പെയ്താകാശ-
മൊട്ടൊന്നും കണ്ടതില്ല
പൊട്ടിച്ചിരിച്ചാർത്തെത്തി-
തട്ടിച്ചിതറും വെള്ളം
കാലമിക്കൂട്ടോരോ-
കവികല്പനകൾകാക്കും
ജാലമായതുകാണും
വാതിലിൽ വന്നീനമ്മൾ....
ചേർന്നു കൈചേർത്തെന്നിലേ-
ക്കൂർന്നുനീയണയവേ
ചേതോഹരംനിന്റെമെയ്,
എത്രമേൽ വിശുദ്ധമായ്...
പാതിരാകാറ്റേറ്റെന്നോ
പാരിലേക്കണയവേ
ഓതിനീയെന്നോടന്നും
ജീവനേവരിക്കനീ...

ജീവിതസ്വരാകാശ-
മീവിധമുണരവേ,
സാധിതമാകുന്നുള്ളിൽ
സപ്താക്ഷരത്തിൻശ്രുതി

സ്വാതന്ത്ര്യം

നേരത്തേ എഴുന്നേറ്റ്
പുറത്തിറങ്ങി
നോക്കിയപ്പോൾ
സൂര്യനെ കാണുന്നില്ല.
വീണ്ടും
പോയി കിടന്നു.
പിന്നെ
എന്നെ കാണുന്നില്ല.

വാതിൽ

എത്രനാളായി കരുതുന്നു
ഒന്നൊളിഞ്ഞു നോക്കാൻ
നടക്കുന്നില്ല,
അതെത്രശ്രമിച്ചിട്ടും
ഇന്നതിനിടവന്നു.
അകത്ത്
എന്നെ കണ്ടതും
എനിക്കകത്താരോ
ഒരു വഷളൻ ചിരിപണിഞ്ഞു.
ആരോട് പറയാൻ

മോശം

മോശമായിപ്പോയി!
വിലകൂടിയ
പാനീയത്തിന്റെ
അഴിഞ്ഞുവീണ അടപ്പിൽ
വിരലമർത്തി
അവൾ പറഞ്ഞു
ഒരു ചെറിയ ലഹരിയല്ലെ!
എന്നാലും
അവരൊക്കെ കഴിച്ചസ്ഥിതിക്ക്....
മോശായി! '
അത് പിന്നെ
നിന്നെകഴിച്ചപോലാകില്ലെ? '
അടിയന്തിരാവസ്ഥയെ
ഭയന്ന് ഒന്നും പുറത്തേക്ക് വന്നില്ല.

അനന്തരം

നീ മേഘമൽഹാറുമ[illegible]ന്നെൻ ജീവിത
തന്ത്രിയിൽ പെയ്ത്ത സുവർണ്ണരാഗം
നീ മാഘപൗർണ്ണമിയ്ക്കെത്തിയോരാനന്ദ-
മാകന്ദമായ സുമോഹനാദം
നീ ചാഞ്ഞു വന്നെൻ തുലാപ്പച്ചമേലിളം
ചാറ്റലായെന്നോ പിറന്ന വർഷം
നീയെന്റെ കാഴ്ചക്കതിരിലുല്ലാസമായ്
നീലയായ് മാറിയ ശംഖുപുഷ്പം
നീയെന്റെ മേച്ചിൽപുറങ്ങളിലെത്തിയോ-
രല്ലലില്ലാത്തോരിടയവാക്യം.
നീയെന്റെ ദൈവസമാധിയിലേക്കുവ-
ന്നാദ്യത്തെ നേദ്യമായ് പൂർണ്ണമാകെ,
നീതന്ന പൂർവ്വപുണ്യങ്ങളിൽ പുഞ്ചിരി-
ച്ചീമനം കൈനെഞ്ചു ചേർത്തു നിൽപ്പൂ..
നീ തന്ന സൗരഭം കൊണ്ടൂഴിയാദ്യമാ-
യാനന്ദബാഷ്പമതേറ്റയിർക്കെ
നീ വന്നു പച്ചക്കതിരായുയിരിന്റെ-
യുച്ചിയിലെന്നോതുടുത്തുണർവ്വായ്
നീയെന്നുമാകാശനീലയായെൻകണ്ണി-
ലാദ്യാവസാനം വിടർന്നുനിൽക്കെ...
നീവന്നുതന്നൊരീ ജീവിതാശ്ലേഷങ്ങ-
ളാണിന്നുകാലം നിതാന്തമോർപ്പൂ...

കാറ്റുപറയുന്ന എന്തോകാതിൽ

ഒറ്റയ്ക്കുനീസ്വയമെന്തോപറഞ്ഞിത-
ത്യച്ചത്തിൽ ഞാനീവഴിക്കതുകേൾക്കയായ്
ഇല്ലൊരാളപ്പുറമിപ്പുറം കേൾക്കുവാ-
നുള്ളതാകട്ടെകുറച്ചേറെ ദൂരൊരാൾ
എന്നാകിലും മന:സാക്ഷിയതൊട്ടുമേ
സമ്മതിക്കില്ലയാൾ ദൂരെയല്ലിങ്ങിതാ
തന്നാലുമെപ്പഴുമോർക്കുവാൻ കാലമേ
തന്നാലടങ്ങാത്തൊരാമുഖചരായനീ
കേട്ടാലുമെത്രയോ നാളുകണ്ടീടിലും
പാട്ടായ് വിരിഞ്ഞെന്നിലീണമായീടിലും
കൂട്ടിരിക്കാനില്ല മറ്റൊരാളൊട്ടുമേ
കൂട്ടുവിട്ടെന്നിലേക്കെത്തിയോരാസ്വരം.
കുവലായക്കരെ പാടവരമ്പിൽ നിന്നാ-
ളുവൽ ചിക്കിചികഞ്ഞുപാടീടുവാൻ.
നോവലാൽ നിന്നൊരെന്നുള്ളിൽ വന്നെപ്പഴോ
നീവലംകാൽ വെച്ചുകൂടെപൊറുക്കുവാൻ
അങ്ങകലേക്കുകൺപായിച്ചുതീരത്തു
വിങ്ങലില്ലാതെ കഥാസരിത്തേകുവാൻ,
നിന്നനുവാദങ്ങൾ വാങ്ങിമനസ്സിനാലി-
ന്നനുയാത്രയതാകും വപുസ്സിനാൽ.
കേട്ടവ, കേട്ടുമറന്നതും കേൾക്കാനിരിക്കുന്നൊ-
രൊട്ടൊട്ടുകൗതുകജീവിതവാർത്തയും
ചാരത്തു വന്നുചിരിച്ചുതിരിച്ചപോം
തീരാത്തിരകൾക്കുനേദിച്ചനൽകിയോ..
കൈവിരലറ്റങ്ങൾ തമ്മിൽക്കഥപറ-

ഞ്ഞീരാവിലെന്തെന്നതാശ്വാസമോതവേ,
ഐരാവതംപോലിരിക്കുമാകാശത്തി-
നറ്റമാനീലജലാശയവീഥിയിൽ
തെറ്റല്ലൊരിയ്ക്കലുമൊറ്റയ്ക്കുമല്ലിനി
മറ്റാരുമേകാത്ത ജീവനതാകനീ
എന്നെത്രവേഗം പറഞ്ഞൂകടലതി-
നത്തരം കാറ്റേറ്റുകൂടെക്കഴിയനീ...

ഇന്നും എന്നും

ആകാശദീപമതായിത്തെളിയു-
ന്നൊരാശാമനോഹരനക്ഷത്രമേ,
ആരോടുമിണ്ടുവാൻ കൺമിഴി
ച്ചാരായുമാകസ്മികം നിന്റെ ഉൾവെളിച്ചം!
പാരിലേക്കെത്തിപ്പരിഭവരാഗങ്ങ-
ളാരിലേക്കേകുന്നിതെന്നുമെന്നും.
പാഴ്മുളംതണ്ടിനെ പാലാഴിയാക്കിയോ-
രീവാഴ്വിനീശ്വരൻ നീയല്ലയോ!
പാടാതെപാടിയപാട്ടും കിനാവിലെ
വാടാതെസൂക്ഷിച്ചദുഃഖരാവും
ചൂടാതെ മാറ്റിവെച്ചാർക്കോതിടംവെച്ചൊ-
രുട്ടും പ്രഭാവവുമെങ്ങുപോയി?
വാട്ടും കിനാപ്പൂക്കളൊട്ടും കിനാവൂയ-
ലോട്ടുന്നശേഷമില്ലാതെ നേരം..
വാവിട്ടു ചൊല്ലുന്നു പോകെല്ലനീയെന്നു
കൈവിട്ടുപോകാതെ കാക്കജീവൻ.
താഴിട്ടുപോയതുകാലമീദുഃഖാർദ്ര-
മാഴങ്ങൾ തൻ ഭാവവാതായനം
കേഴുന്ന കാലങ്ങളുണ്ടായിരുന്നഴ-
കേറുന്ന ഭൂതകാലത്തിനൊപ്പം.
ചായും വെയിലിലിലാണെങ്കിലും ചാരത്തു
മായാത്ത നക്ഷത്രമൊന്നുദിക്കേ
ചാമരം കൊണ്ടാകെയുള്ളുഴി-
ഞ്ഞാമരക്കൊമ്പിലായ്മാറുന്നു ജീവനെന്നും.
ചായും വെയിലിലുമായും നിഴലിലും

പായും പഴങ്കാലനോവിന്റെയുള്ളിലും
ആരുമില്ലാരുംപകരമായ്ത്തീരുവാനീ-
മകരത്തിന്റെ മഞ്ഞാകിലും
നീവന്നുതീരണം നീലജലാശയം
നേരുന്ന പൂമണം പോലെയെന്നും
താരകേതീരുന്നു, നീമാത്രമായ്, ചിരി-
ച്ചാരുമേകാണാക്കിനാവിൽ, നീയായ്

അഭയം

താണുതാണുവന്നാനെഞ്ചിനുണ്മയിൽ
വീണപാട്ടുന്നൊരീണമായ്ത്തീരണം
താരകങ്ങൾ തിരഞ്ഞുപോയീടണം
ദൂരെദൂരെയാകണ്ണുകൾക്കപ്പുറം

കാലഭേദങ്ങളില്ലാതെ രാത്രികൾ
കാവലായ്മാറിയെത്തുന്നു പിന്നെയും
ഒട്ടുമേയുറങ്ങാതൊരിക്കലും
തൊട്ടുനിൽപ്പുണ്ടുരാച്ചന്ദ്രനന്തികേ

എന്നുമാമന:ഛായയിൽ മേയുവാൻ
വന്നിതോർമ്മകളൊന്നൊന്നുമായാതെ
എത്ര നിഷ്കളങ്കം, നിറഞ്ഞൊരാകൺകളി-
ന്നെത്ര മേലിഷ്ടമെന്നെന്നുചൊല്ലവേ...

ഇല്ലപാടില്ലതീറനായ്മാറ്റുവാനില്ല-
വല്ലായ്മവന്നു ഭ്രമിക്കുവാൻ..
ചെന്നുകാൽക്കലോളം നിത്യരാത്രികൾ
ഒന്നുതൊട്ടാനെറുകയിൽ ചൂടുവാൻ

ഇല്ലവീടുവിട്ടെങ്ങോട്ടുപോകുവാ-
നില്ല വീടിന്നകങ്ങൾ, രഹസ്യങ്ങൾ...
ഇല്ലൊരിക്കലുമാമരക്കൊമ്പിൽ നി-
ന്നില്ല ക്രൗഞ്ചങ്ങൾ വേർപിരിഞ്ഞൊറ്റകൾ

ഇല്ലൊരിക്കലുമാജീവ ബിന്ദുവി-
ലില്ലൊരിക്കലും നീ പോകിൽ ഞാനിനി....
ഇല്ല- വയ്യെനിക്കാകാശമേറുവാ-
നില്ല പക്ഷങ്ങൾ നിന്നിലല്ലോചിരം
ഇല്ല പോകുവാനില്ല കൂടെങ്ങുമേ
നല്ലതൊന്നാകെയുള്ളതാഹ്ലത്തിലും.

സുകൃതം

ചെന്നുവേഗം തിരിക്കണമെന്നോർത്തു
വന്നതായിരുന്നീപകൽ വേളയിൽ
ഒന്നുമെന്നോടുചൊല്ലാതെ കൺകളിൽ
നിന്നുമായാതെ നീ ചേർന്നു നിൽക്കവേ
എങ്ങുപോകുവാനെന്നോർത്തു സൗമ്യമാ-
യങ്ങു മിങ്ങുമായ്ത്തീർന്നെൻ മനസ്സതിൽ
കണ്ടനഷ്ടങ്ങൾ, കാണാത്ത സ്വപ്നങ്ങ-
ളുണ്ടുനിർണ്ണയം തീർക്കാത്ത വർണ്ണങ്ങൾ
ചുണ്ടുചോപ്പിച്ച നിൽക്കും പടിഞ്ഞാറി-
നുണ്ടുഗദ്ഗദം പോകുന്ന തോർക്കവേ
കണ്ടുകണ്ടങ്ങിരിക്കെപ്പിരിയുന്ന
രണ്ടുകാലങ്ങളാകുന്നരാപ്പകൽ.
ഉണ്ടുകാണാനൊരിത്തിരിപിന്നെയും
പണ്ടു നെയ്തതാം ജീവനും സ്വപ്നവും
ഇല്ലതെല്ലുമകന്നു വാണീടുവാ-
നില്ലകാലങ്ങളെങ്ങു മൊളിക്കുവാൻ
ഇല്ല നേരം കിനാവുകണ്ടീടുവാ-
നില്ലകാലം കളിച്ചുല്ലസിക്കുവാൻ
ഉള്ളതെന്നുമാ കൺകളിലൂറുന്ന
വെള്ളി നക്ഷത്രമേകും നിലാവുകൾ
കാലമെത്രയോ കണ്ടു നിന്നീടിലും
കാവ്യസൗരഭം പൂക്കും കടമ്പുകൾ
നിന്നിതൊറ്റക്കുതാണ്ടിക്കടക്കാതെ
യന്നതിന്നാഴ മോർത്തുഞാനേകമായ്.
വന്നുചൊല്ലിയെൻ കാതിലന്നാദ്യമായി-

ങ്ങു പോരുപ്രിയംകരംകാലമേ
ഓർത്തതില്ല ശരീര സൗഖ്യങ്ങള-
ന്നാർക്കുമില്ലായിരുന്നു വിയർപ്പുകൾ!
ചേർത്തു നിർത്തിയ കൈകൾതൻ ശേഷിയെ-
ന്നോർത്തതാകെയും ജീവന്റെ സൗരഭം

പാതി

വർഷമേഘമേ നീ തീർത്ത രാവിതിൽ
ഹർഷമോടെ ഞാൻ കാതോർത്തുനിൽക്കവേ
സ്പർശമായെൻശരീരസാന്നിധ്യമാ-
യശ്രുവായെന്റെയാത്മം നിറയ്ക്കയോ
പെയ്തൊഴിഞ്ഞില്ലിതാകാശദുഖങ്ങ-
ളെയ്തൊഴിഞ്ഞതില്ലെന്നാവനാഴികൾ
പാതിമെയ്യെന്നനാമോർത്തരൂപങ്ങ-
ളാദിയിൽതന്നെയെല്ലാം മറന്നതും
വ്യാധികൊണ്ടാത്മബന്ധം ക്ഷയിക്കവേ
ആധിയാലൊറ്റയെന്ന തോന്നീടവേ
ആദിരൂപമായാനന്ദധാരയായാ-
ദ്യചുംബനച്ചാറ്റലായ്പെയ്ത നീ
ജീവിതത്തിൻ സമാഹൃതസ്വപ്നമേ
ഈ വിധത്തിൽ നീയെന്നെനയിക്കയോ!
സ്നേഹ സിന്ദൂര സീമന്ത ബിന്ദുവിൽ
ശ്വേതമായ് ത്തീർന്ന കാല സൂക്തങ്ങളെ
വേണമെങ്കിലന്നെത്രയോ, നീസഖേ
പോണകാലത്തിനോർമ്മയായ് വാഴ്കയോ
ചാഞ്ഞുചാഞ്ഞെത്തുമാകാശദീപ്തിപോൽ
കുഞ്ഞുകൈചേർത്തിതെന്നിൽ ലയിക്കവേ
മഞ്ഞുമായാത്തൊരീരാവിനുൺമയിൽ
മഞ്ഞമന്ദാരമാധുര്യമാകനീ

സാക്ഷ്യം

തീവെട്ടമേകിയോരാനാട്ടുപാതയിൽ
നീയിട്ടുപോയതാംകാൽസ്വനം കേൾക്കവേ
തീരാത്ത മാനസ ദ്ദുഃഖങ്ങൾ തീരത്തു
രാവെത്തുവോളവും കാത്തു വെയ്പുണ്ടുഞാൻ
പണ്ടുടലൂഴിയായ് കണ്ടുനീനേദിച്ചൊ-
രിണ്ടലില്ലാത്തതാമാജീവതാളവും
ചുണ്ടുകൾക്കുള്ളിലൊളിപ്പിച്ചകണ്ണിനാ-
ലുണ്ടാക്കുവാൻ നീകൊതിച്ചവാഗർത്ഥവും
ചേർത്തു പിടിച്ച വിരൽപ്പാടുമായാത്ത
വേർപ്പുപുരണ്ട ശരീരസുഗന്ധവും
തീർക്കുവാനാവില്ലിടവേളയെത്രമേൽ
ദീർഘമതാകിലും നമ്മൾ തൻയാത്രയിൽ.
പൊയ്പോയ കാലവുമെൻ കിനാസൗര്യന്തം
പൊന്നരഞ്ഞാണ മണിയിച്ചനിന്നുടൽ
പിൽക്കാലജാലകവാതിൽവെട്ടത്തിൽവ-
ന്നിക്കാലമൽപാൽപമോർക്കയാണിന്നുഞാൻ
നീളേപതിക്കും വെയിൽവഴിച്ചൂടിലും,
നീഹാരനന്മ തൻ നാട്ടുവെട്ടത്തിലും,
നീയോടിയേറെക്കിതപ്പാറ്റിനിന്നൊരാ-
ത്തീരാമധുരമൊളിച്ചമാഞ്ചോട്ടിലും
വാക്കുപൂത്തുജ്ജ്വലവാമൊഴിയൊച്ചകൾ
വാറ്റിനിറച്ചനിൻ കണ്ണു വേഗത്തിലും
ഒറ്റയ്ക്കു തേടിത്തിരഞ്ഞുനടക്കയൊ-
ണറ്റമില്ലാ ത്തൊരീരാച്ചോപ്പൊട്ടുക്കവും
വെട്ടമിരുട്ടിനെക്കാമിച്ചുണർത്തുന്നി-

തൊട്ടൊട്ടുകാലം മഹാസാക്ഷിനമ്മളും
തൊട്ടടുത്തെത്തുന്നു, നീയെന്നറിയുന്ന-
തിഷ്ടമില്ലാത്തപോലൊറ്റയ്ക്കു മായുന്നു.

പ്രിയം

ഇല്ല പരാതിയൊട്ടെന്നോടു ചൊല്ലാതെ-
നല്ല നിന്നോർമ്മകൾ പങ്കിട്ടെടുത്തതിൽ
ഇല്ലപരാധമാചിന്തയിൽ ചെയ്തിയിൽ
കൊല്ലാതെനീകാത്തുവല്ലോ പകലുകൾ
ചില്ലകൾ ചായ്ച്ചതിലൊറ്റക്കുകൂട്ടതീർ-
ത്തല്ലലില്ലാതെ കഴിഞ്ഞൊരെൻ നാളതിൽ
നീ പൂത്തുലഞ്ഞിതെൻ നീലനിലാവിലും
നീഹാരരാവിന്റെ യാദ്യയാമത്തിലും
പാരിന്നപാരവെളിച്ച പ്രവാഹങ്ങൾ
പോരാതെ വന്നെത്രകാലപ്പകലുകൾ
പോരികെൻകൂടെ പലാകാശയാത്രകൾ
പോരിനല്ലെന്നുമെൻ ചാരേയിരിക്കുവാൻ
പോക്കുവെയിലിലാവാക്കിന്നുറ്റങ്ങളെ
പോകാതെ ഞാൻ ചേർത്തു നിർത്തിയെന്നോരമായ്
കാറ്റിൽ മഴയിലും കാലവർഷത്തിലും
പോറ്റി നീ സൂക്ഷിച്ചൊരെന്റെ കൂടിന്നകം
ഏറ്റവെയിൽപ്പാടതൊന്നുമറിയാത്തൊ-
രുറ്റമോടിപ്പഴം തേടുമാകാൽസ്വനം
എന്നുമെന്നജ്ഞാത സ്വപ്നങ്ങളൊക്കെയും
പൊന്നുപോൽ ചേർത്തൊപ്പമീ ചൂടറിയവേ
വന്നു പിറക്കാനൊരിക്കലൊശിച്ചിട്ടു-
മുന്നതശീർഷപ്രതീക്ഷകൾ കാൺമു ഞാൻ
ഇല്ല പ്രളയമപാരസരിത്തിതി-
ലുള്ളതെന്നാത്മപ്രണയസ്വരൂപങ്ങൾ
ഇല്ലപ്രതീക്ഷകളീഭ്രാന്തഭൂവിതി-

ല്വള്ളതുനിന്നാത്മ ശാന്തപ്രഭാതങ്ങൾ
പാടുന്ന പൂങ്കുയിലൊറ്റയ്ക്കു വൃക്ഷത്തി-
ലാരുമില്ലാട്ടുവാനാക്കുവലൊപ്പമായ്
പാലംകടന്നേറെ ദൂരേയ്ക്കുപോകുന്ന-
തൊറ്റയ്ക്കുണർത്തുവാനാരെയോ, നാമില്ല

പറഞ്ഞതൊക്കെയും

അറിഞ്ഞതൊക്കെയും മറന്നുമെല്ലവേ
പറഞ്ഞതൊക്കെയും പഠിച്ചതാണു ഞാൻ
നിറഞ്ഞകാലമേ കുറഞ്ഞനാളിതിൽ
തെളിഞ്ഞു നീ മൊഴിഞ്ഞെനിക്കു നേർവഴി
എനിക്കു നീ പകർന്നനന്തമാം സ്മൃതി
തനിച്ചു ചൊല്ലിയൊരപൂർവ്വമാം ശ്രുതി
നിതാന്ത വിസ്മയ വരാന്ത വീഥികൾ
ശുഭാന്തമായ് തെളിഞ്ഞഗാധധാരകൾ...
വിരൽപിടിച്ചോരോ വരിയുമാദ്യമായ്
വിരിഞ്ഞ മാനസം കുറിച്ച നാളുകൾ..
വിടർന്ന കണ്ണിലേക്കൊളിച്ചു നോക്കവേ
വിടാതെവന്നെന്നിൽ വിഷാദമായ് ചിരം
ഇടയ്ക്കു നാം തമ്മിൽ കളിച്ചു മേഞ്ഞതും
ഇടശ്ശേരിപ്പാട്ടിൽ സ്വയമലഞ്ഞതും
ശരിക്കു ശാസ്ത്രവും ഗണിത ശാഖയും
സ്വരങ്ങളുച്ചരിച്ചറിഞ്ഞ ഭാഷയും
നിലയ്ക്കു നിർത്തുമീയുടക്കുജാലക
പ്പഴുതുനീക്കി നാമടക്കമോതവേ...
ശമിക്കകാലമേ മറന്നതില്ലഞാ-
നടക്കമോതിയോരകത്തളങ്ങളെ
ഇതാണെനിക്കുനേർപഥം പതിച്ചതും
വിധിച്ചവാക്കതിൻ വിധം തിരിച്ചതും

മടക്കം

പെരുവിരൽ ചോദിക്കാത്ത
ഗുരുവിന്റെ യരികിൽ നിന്നും
പരത്തുന്ന ശിഷ്യനേതോ
പരിഭവക്കടലിന്നാഴം
പകരുന്നിതങ്ങു ഞങ്ങൾ
ക്കതിരറ്റ പാരിൻജ്ഞാനം
പകരംതരാനെന്തുണ്ടി-
ന്നപരാധഭാരം മാത്രം
പകലിരവുതാണ്ടിക്കട-
ന്നകലെയൊരുനാൾ വന്നീടും
പലരുമിതുപോലെയൊറ്റ
പ്പെടലായകന്നേമാറും
പലകാലമെന്നും നമ്മൾ
പഴികൊണ്ടുമാത്രം കാണും
പകലസ്തമിക്കാൻ പോകേ
വികല വിദ്വേഷം തീർക്കും
തിരികെട്ടും നിഴൽ മാഞ്ഞിട്ടും
തിരികേ വരാതേ പലർ
തിര പോയ പോലേ പോകാൻ
തീരം വെടിഞ്ഞും ചിലർ
ചിലതാത്മഗാനം പോല
ചിരിയും നിലാവും പോലെ
ചില്ലമേലൂഞ്ഞാലായും
പുല്ലാങ്കുഴൽ പ്പാട്ടായും...
ചിത്രരൂപങ്ങൾ പോല-

ങ്ങെത്രയും സത്യം നിത്യം
അത്രമേലോർക്കും കാലം
സത്രമീക്കലാലയം
ഇല്ലമായ്ക്കാനിന്നാർക്കും
തെല്ലാത്മരോഷം, ദുഃഖം
നല്ലതോർത്തെല്ലായ്പ്പോഴും
ചൊല്ലുന്നു തോഴ, നന്ദി!

നിതാന്തം

ഭിത്തികളില്ലാത്ത
കാലത്തു വന്നു നി-
ന്നുച്ചത്തിൽ വേണ
മെനിക്കൊന്നു പാടുവാൻ

വാക്കുകളൊന്നുമേ
കുത്തിനോവിക്കാത്ത
രാക്കുളിർക്കാറ്റിലെ-
ന്നുയലൊന്നാടണം

എന്നോ മറവിയി-
ലന്യമായ്ത്തീർന്ന നി-
ന്നോരോ വിഷുവിലും
കൊന്നയായ് പൂക്കണം

പോയകാലത്തിൻ
നിലത്തെഴുത്തോർക്കണം
മായാത്ത വാക്കിൻ
വിളക്കായുദിക്കണം

ഒറ്റയാൾ പോകുമിരു-
ട്ടിന്നിടർച്ചയി-
ലറ്റമില്ലാത്തൊരാ
കൽവഴി താണ്ടണം

പുസ്തക പൂമണ
ക്കാട്ടിൽ മുളയ്ക്കണ-
മസ്തമിക്കാത്തോ-
രിയുരായുദിക്കണം

എല്ലാനിലാവില്യ-
മെത്തിനോക്കീടുന്ന
നല്ലാമ്പലായ്നീരിൽ
മെല്ലെനിവരണം....

താനേനിനവിലൊ-
രാനന്ദസന്ധ്യയിൽ
ഞാനേകനായാത്മ
രാഗമായിടണം

നീമേയുമാകാശനീലയിൽ
നഗ്നമെൻ
കാലടിപ്പാടിനാൽ
ദൂരം കുറിക്കണം

ചായുന്ന സന്ധ്യയി-
ലായും പെരുംചോപ്പി-
ലൊറ്റയ്ക്കുവന്നുനി-
ന്നാനന്ദമാകണം.

അറിവ്

പാതിവഴിയിലുപേക്ഷിച്ചുപോകുന്ന
പാതയെത്തുന്നതിൻ മുൻപുയാത്രകൾ
പോന്നതില്ലൊരുവാക്കും വികാരവും
അന്നു ചോദിച്ച വേളയിലൊന്നുമേ
നിന്നു നിശ്ചലം കൂടെയെത്താറുള്ള
നിർന്നിമേഷം നിഴലു നിശ്വാസവും
അന്നുമിപ്പഴുമാരോപറഞ്ഞുവോ
വന്നു ചേരില്ലൊരാപ്പഴങ്ങളൂട്ടൊരാൾ
കാറ്റു കൈവീശിയൊറ്റക്കുചായുന്ന
ഞാറ്റടിപ്പാട്ടുനെൽവയൽ ചേറിലും
കന്നുസാകൂതമൊറ്റയ്ക്കുമേയുന്ന
കുന്നിലെന്നോ കനിഞ്ഞപുല്ലോരവും
രാത്രിയും പകലറ്റം ചെമന്നൊരാ
യാത്രതൻ സാന്ധ്യദൂരെച്ചെരുവിലും
എത്രയോ വന്നു നിന്നു ഞാനൊറ്റയായ്
മിത്രമേനിന്നെയൊന്നു കൈയ്യെത്തുവാൻ
വന്നതില്ലെൻ നിഴൽ വീണിടങ്ങളിൽ
തന്നതേയില്ലനിന്നാത്മസൗരഭം
വന്നറിയാതുയിരായ് പിറന്നു നീ
എന്നു മാത്രമറിഞ്ഞൊരുമാത്ര ഞാൻ-

മാറ്റം

കാലമോരോ കനവിലുമേകുന്ന
കാതടയ്ക്കും നിലവിളിയൊച്ചകൾ
വാനനീലകൾ പോലുമകന്നു പോയ്
വാതുറന്നൊച്ച കേൾക്കുന്ന മാത്രയിൽ
ഇല്ല ഭേദങ്ങൾ: പ്രായവും കാലവും
ഇല്ലൊരാൾക്കുമൊരിത്തിരി ദൈന്യവും
കാലവർഷം കനം ചേർത്തരാത്രിയി-
ലോലമേഞ്ഞെത്ര വീടുകൾ നാം സ്വയം
കൂടെ വന്നു കൈനീട്ടും സഖാവിനെ
കൂരിരുട്ടിലുംതോഴനെന്നോർത്തതും
അന്നുനാമറിഞ്ഞെത്രയോ ശബ്ദങ്ങ-
ളന്നു നാമളന്നെത്രയോ ദുഷ്കൃതം
അന്നു നാം പണിഞ്ഞെത്രയോ സൗഹൃദ-
പ്പൊന്നുപൂക്കുന്നരാവും പ്രഭാതവും
ഭേരിവന്നതിന്നൊപ്പം മുറുക്കിയ
കൈകൾ നാമെറിഞ്ഞെത്രയോ വായുവിൽ
പിന്നെയെന്നാണു നഷ്ടങ്ങളേറിവ-
ന്നെന്നെയും പിന്നെ നിന്നെയും നോവിച്ചു
പിന്നെയെന്നാണ് ശത്രുവെന്നോർത്തെന്റെ
യന്നമൂട്ടും പിതൃക്കളെവെന്നതും
പിന്നെയെന്നാണുറങ്ങുന്നപൈക്കളെ
പെങ്ങളേക്കാൾ മഹത്വമേറ്റിച്ചതും
എത്ര വേഗം മറക്കുന്നിതോർമ്മകൾ
പുത്രരും പിന്നെ മിത്രവും തോഴരും
എത്രവേഗം മടക്കുന്നുവാക്കുകൾ

സത്രരാത്രികൾ യാത്രകൾ നന്മകൾ
എന്നുമോരോനിനവിലും പൂത്തുല-
ഞ്ഞന്യമാകാതിരിക്കട്ടെ കാലമേ
മാറ്റമിന്നോളമൊന്നുമറിയാത്തൊ-
രൊറ്റ ജീവനും ജീവിതാവേശവും

വഴിയകലം

ഏറ്റുമാകാറ്റിന്നുയലിൽ
താണു താണു വണങ്ങിയും
നീറുമാ ചാറ്റലോർമ്മയിൽ
നുണുനുണങ്ങിറങ്ങിയും
കാലമേഘത്തിനർദ്ധപാർശ്വങ്ങളിൽ
കാലടിപ്പാടുചേർത്തൊന്നനങ്ങിയും,
നീലനീല ജലാശയലബ്ധിതൻ
ജാലമോർത്തെൻ മുഖം നോക്കി നീങ്ങിയും
നാടിനിപ്പുറം നിൽപ്പുണ്ടാനിപ്പഴും
കാടടുത്തൊന്നു മേയില്ലൊളിക്കുവാൻ...
കൂടിനപ്പുറം മേയുന്ന കന്നില്ല
കൂട്ടിരിക്കാതകന്നതും കാക്കാതെ...
വീടുകാണുന്നു കൈയ്യെത്തുമോർമ്മയിൽ
ചൂടിനിൽക്കുന്ന ചെമ്പകച്ചോലയിൽ....
കൊയ്ത്തുമുറ്റം നിറഞ്ഞകാലങ്ങളും
പെയ്തുപൊയ്പോയനല്ലകിനാക്കളും
ഒന്നുമില്ലശേഷം പടികട-
ന്നിന്നുരാത്രിതൻ നേർത്തനിശ്വാസമായ്...
എങ്ങു നീങ്ങിയൊളിച്ചുനാം സൂക്ഷിച്ച
വിങ്ങുമോരോ കിനാവിന്റെ വീതവും
തങ്ങിനിൽപ്പതുണ്ടാവണം കാണാതെ
മങ്ങി യെന്നുനാമോർക്കും മനങ്ങളിൽ
വന്നതില്ലതിൻ ശേഷമിങ്ങീവഴി
തന്നതില്ലാരുമോർമ്മതൻ വായ്മൊഴി

പരസ്പരം

ചേർത്തുനിർത്തുന്നതുണ്ടു ശരീരമേ
ചോർന്നുപോകുന്നതിൻമുമ്പ് നിന്നകം
ശീതവാതങ്ങളൊന്നായടുത്തുവ-
ന്നാതപം പെയ്തനേരമടങ്ങവേ
നീ തപം ചെയ്തു നിൽക്കുന്ന നേരവും
നീലനീഹാരനമ്മയെന്നോർത്തതും
നീയിടം വലംകാത്തൊരാ നമ്മൾതൻ
നീല നക്ഷത്ര രാത്രി കൈകോർത്തതും
നാമെടുത്തെന്നുമന്യോന്യമേകുന്ന
നാൾവഴിക്കാലനേരിന്റെ സൗരഭം

മടി

വെള്ളിമേഘം വലംവെച്ചു നിൽക്കുന്നി
തുള്ളിലാഘാതമായെന്റെ യാത്രയിൽ
ഇല്ല നീല ജലാശയംതീരുന്നൊ
രല്ലലില്ലാത്തൊരാ ദൂരതീരങ്ങളിൽ
ചെന്നുമുട്ടുന്നിതാകാശ ഭിത്തിതൻ
പൊന്നു പൂക്കുന്ന സാന്ധ്യവിശുദ്ധികൾ
ഒറ്റമാത്രയിലാരോകുറിച്ചുവെ-
ച്ചുറ്റമില്ലതിന്നങ്ങനെയങ്ങനെ
താണുപക്ഷികൾ താനേ വിശപ്പിന്റെ -
താകണം തേടി ഭക്ഷണം വായുവിൽ
തൊട്ടുരുമ്മി പറക്കും ജലോപരി-
യൊട്ടുനേരം നിരാശയില്ലാതെയും
നാമടങ്ങിയിരിക്കും നിരാഹാര
നാവടക്കങ്ങൾ തീരുന്ന മാത്രയിൽ
നാമൊരിക്കലും തേടില്ലൊരന്നവും
നമ്മശൂന്യരായൊറ്റയ്ക്കിരുന്നിട്ടും
നാളിതെത്ര നിലാവിൽകുതിരിലും
നാമനങ്ങില്ല നാവൊട്ടനക്കില്ല
നാളെയെന്നങ്ങുവന്നുപെട്ടീടിലും
നാളിതേവരേക്കില്ല വിഷാദവും

നിറമേഴും

നിറങ്ങളെപ്പൊഴോ
പിരിഞ്ഞു പോയിതെൻ
നുറുങ്ങുജീവിത-
പ്പരാജയങ്ങളിൽ
നിഴൽപതിച്ചതാം
വഴിക്കുകാവലാ
യഴൽ നിറങ്ങളാ-
ണരികിലെപ്പഴും
നിറങ്ങൾമങ്ങിയും
നിലാവിൽ മുങ്ങിയും
വിലങ്ങിലെപ്പഴും
നിരങ്ങിനീങ്ങിയും
കുതിപ്പിലും കിത-
പ്പൊട്ടുങ്ങിടാത്തൊരാ
വിധത്തിലാകയാ-
ണനന്തനോവുകൾ
പരിത്യജിച്ചിത-
ന്നൊരിക്കലോർമ്മകൾ
പടിപ്പുറത്തിരു-
ന്നകത്തുവേണ്ടവർ
മറന്നുസർവ്വവും
മനസുമോർമയും
സ്മരിച്ചതാകെയും
വരിച്ചൊരാമുഖം
പകൽകടന്നിരു-

ട്ടരികിലെത്തവേ
പലപ്പൊഴെപ്പഴും
പൊഴിഞ്ഞിതാശകൾ
മഴക്കുളിർപ്പകൽ
മിഴിക്കുകൂട്ടിരുന്ന-
ന്നഴിക്കകെത്തിരു-
ന്നിടയ്ക്കുഗദ്ഗദം
വിരിഞ്ഞതില്ലപൂ-
വൊരൊറ്റരാവിലും
തിരഞ്ഞുവന്നതില്ലൊ-
രാളൊരിക്കലും
തിരിച്ചുപോകയാ-
ണൊരിക്കൽ സ്വർഗ്ഗമാ-
യിരച്ചുവന്നൊരെൻ
സ്മൃതിക്കകത്തുഞാൻ
അതേതുലോകമാ-
യെനിക്കുതോന്നിലും
അതാണു ഭൂവിലെ
ന്നമൃതസൗരഭം
സുഖം ശമിച്ചതും
സ്വയം ശയിച്ചതും
സ്വരാപവാദങ്ങ-
ളൊടുങ്ങിമാഞ്ഞതും
മനസ്സിലോർത്തുനാ-
ളകന്നുപോകവേ
മനുഷ്യജൻമമേ
നമിച്ചുപോയി ഞാൻ.
നിറഞ്ഞ വേനലിൻ
വഴിയ്ക്കൊരിക്കലെൻ
നിഴൽപരന്നൊളി-
ച്ചുണർന്നവേളയിൽ
നിറങ്ങൾ ചാർത്തിവ-
ന്നണഞ്ഞുസൗമ്യമായ്
നിനക്കുനീപകർ-
ന്നുദിച്ചനൻമകൾ.

ലയിച്ചുപോകയാ
ണൊരിക്കലെപ്പഴോ
ജയിച്ചുകേറുവാ-
നറിഞ്ഞതോൽവികൾ
അറിഞ്ഞുമാനസം
വിരിഞ്ഞമാമര
ത്തളിർപ്പുമുൺമയും
നിറഞ്ഞപൂക്കളും
അതിൽസ്വയംകുതി-
ച്ചൊലിച്ചുനിർവൃതി-
ച്ചുരങ്ങൾതാണ്ടിഞാ-
നലഞ്ഞുതെന്നലായ്
അതിൽ സ്വയം ലയി-
ച്ചനന്തജൻമമേ
അതായിമാറിഞ്ഞാ-
നറിഞ്ഞുജീവനായ്.

ഓർമ്മയിൽ

എന്നിലിന്നും
നിറഞ്ഞതാം സൗരഭം
വിണ്ണിൽ നിന്നതീ മണ്ണിലേക്കെത്തവേ
കണ്ണുപൊത്തിക്കളിച്ച
കാലത്തിന്റെ
എണ്ണവറ്റാ വിളക്കിൽ ജ്വലിക്കവേ
നിന്നതിൽ വെട്ടമേൽക്കും
തുറസ്സതിൽ
വന്നതെന്നിൽപ്പതിക്കുന്നനന്തമായ്.
ഇന്നുമുന്നോട്ടുപോകും
പ്രദീപ്തമാ-
യെന്നിലുള്ളതാം വാക്കും വിചാരവും
എന്നുമോർമ്മതൻ
നേർവഴിതീർക്കുവാ-
നിന്നുവന്നതാ-
സ്നേഹതാപങ്ങളും
ഇന്നു ജീവനനക്കമായ്മാറിയ
തന്നതെന്നിലേക്കെത്തുമൂഷ്മാവുകൾ
ഇന്നു വേനൽകിതപ്പിൽ
വന്നൊപ്പമെൻ
തെന്നലേകിയോരാനന്ദമായതും
നിന്നുചാരെവന്നെപ്പഴും ചായുന്ന
നിർന്നിമേഷം
നിലാക്കാറ്റതായതും

നിന്നിൽനിന്നെന്നുമെന്നെത്തിരയുന്നൊ-
രിന്നുനാളെയുമിന്നലെയായതും
കൺനിറച്ചേകിയുണ്ടറിയുന്നു ഞാൻ
കൺമഷിക്കാഴ്ചയെൻമുഖത്തേൽക്കവേ..

കാറ്റ്

കാറ്റേ
നിനക്കുമാത്രമേ
മാറ്റമില്ലാതുള്ളൂ ഭൂമിയിൽ.
മഴയ്ക്കുപോലുമുണ്ട്
പരിഭവം.
നിനക്കതേവാശി
ആരവം
ആവേശം
നിലയ്ക്കില്ലെന്ന നിശ്ചയം...

ആകാശം

അകലങ്ങളിൽ
അതിരുകളിൽ
ആഴങ്ങളിൽ
ആകാശം ഒരു വിസ്മയമാണ്.
നക്ഷത്രങ്ങളും
സൂര്യചന്ദ്രൻമാരും ഇല്ലാത്ത
കണ്ണുകളിലേയ്ക്ക്
ആദ്യമഴ
ചാഞ്ഞുപെയ്യുമ്പോൾ
അതിരുകവിയുന്ന
ആകാശമാകെ..
പ്രണയത്തിന്റെ
നിഴൽ മറവുകൾക്കപ്പുറം
നൂൽക്കെട്ടുകൾപോലെ
വെളുത്തമേഘത്തെ
വഹിച്ചു പായുന്ന കാറ്റിനെ
കൗതുകത്തോടെ വായിച്ചെടുത്ത
കണ്ണുകൾ
തിരനോട്ടംകഴിയാൻ
കാത്തിരിക്കുന്നു.
നിലാവിന്റെ
പ്രളയം പരന്നൊഴുകുമ്പോൾ
പ്രാണനിലേക്കൊളിക്കുകയാണ്
ഇരുട്ടിന്റെ നഗ്നകാന്തികൾ.

കതകുകൾ

പലനാള്ള ഞാൻ കണ്ടുനിന്റെ കണ്ണിൽ
പരിഭവച്ചാറ്റൽ പടിഞ്ഞാറ്റയിൽ
പതിവായി നീ നെയ്ത ഗദ്ഗദങ്ങൾ
കവിതയക്കതീണമായ് മതിവരാതെ...
കൈവെള്ളയിൽ കവിൾ ചേർത്തണച്ചും
തുവെള്ളയാം കിളിത്തൂവലായും
താനേകനംകുറഞ്ഞാമേഘശീല്പപോ
ലാണേകയായ് നിന്നിലാത്മരാഗം
എന്നും നിലാവിൽ മറഞ്ഞിരുന്നും
നിന്നിലലിഞ്ഞും നിറങ്ങളായും
നീ തീർത്ത വേദനാദൂരങ്ങളത്രയും
നിന്നൊടൊത്തെന്നോ നടന്നുതീർത്തും
ചെന്നെത്തിട്ടുന്നുനാമന്യോന്യമെപ്പഴ-
മൊറ്റക്കതകിൻ മറവരികിൽ
വന്നെത്തിടുമ്പോഴതെപ്പഴും ചൊല്ലുന്നി-
തിന്നെപ്പഴാണിനി ചെന്നുറക്കം!
ഒന്നുമോർക്കാറില്ലൊരാക്കതകിൻമറ-
വിന്നുമോർമ്മിപ്പിക്കുന്നിതേറെനമ്മെ..
കാലംപണിഞ്ഞകത്തുടെത്തഴുതിട്ട
ജാലങ്ങളാണിന്നുമേറെയുള്ളിൽ
ജൻമങ്ങളെന്നും കതകുമറവിന്റെ-
നൻമയും നേരും പകുത്തിടുന്നു
സാകല്ല്യമാണിന്നവയ്ക്കു മറവി-
ലസാധ്യമല്ലിന്നൊറ്റ സ്വപ്നരാവും...

സാരസ്വതം

സ്നേഹമെപ്പോഴുമോർമ്മയിൽ ചോരുന്ന
മോഹമാണെന്നു തോന്നിയ നാൾകളിൽ
ദൂരെ നിന്നാത്മ മൗനദൃശ്യങ്ങളിൽ
ദൂതു നൽകിയോരാനന്ദരൂപമേ...
ചാരെയെത്താനെടുത്തേറെയെങ്കിലും
ചാരിതാർത്ഥ്യം നിറച്ചുണ്ടു ജീവനിൽ
കാലമെന്നും കനവിൽ തളച്ചിട്ടു
കാവ്യനീതികൾ, കാഴ്ചകൾ, കേൾവികൾ
ജാലമാണെന്നതോർക്കവേ മാനസ
ജാലകത്തിന്റെ വാതിൽതുറക്കയായ്
താമസിച്ചാണുനീവന്നതെങ്കിലും
താമരയ്ക്കകത്താണു ഞാൻ കണ്ടതും
മാമകാനന്ദമാർഗ്ഗമായ് തീർന്നതും
താവകാംഗങ്ങളെന്നിൽ ജ്വലിച്ചതും
ജൻമ ജൻമാന്തരങ്ങൾതൻ പ്രാർത്ഥനാ-
നൻമകൊണ്ടാണതിന്നുമോർമ്മിപ്പുഞാൻ
ഒന്നുമില്ലായ്മയിൽ നിന്നുവന്നൊരെൻ
കുന്നുപോലുള്ള ദുർമോഹരാത്രികൾ
പൊന്നിലഞ്ഞിതൻ പൂമണം പേറുന്ന
നിന്നിലെല്ലാം മറന്നങ്ങലയവേ
തന്നതെന്നാത്മനക്ഷത്രകാന്തിത-
ന്നന്നമേകുന്നൊരക്ഷരസൈകതം